நாரத ராமாயணம்

புதுமைப்பித்தன்

பரிசல்

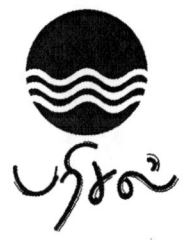

நாரத ராமாயணம் ♦ புதுமைப்பித்தன் ♦ முதல் பதிப்பு: ஜனவரி 2023 ♦ பக்கங்கள்: 50 ♦ வெளியீடு: பரிசல் புத்தக நிலையம் 235, P. பிளாக் MGR முதல் தெரு, MMDA காலனி, அரும்பாக்கம், சென்னை – 600 106. பேச: 9382853646, 8825767500 மின்னஞ்சல்: parisalbooks2021@gmail.com ♦ அச்சுக்கோப்பு: வி. தனலட்சுமி ♦ அச்சாக்கம்: கம்ப்யூ பிரிண்டர்ஸ், சென்னை – 600 086.

Narada Ramayanam ♦ Pudumaipithan© ♦ First Edition: January 2023 ♦ Pages: 50 ♦ Published by Parisal Putthaga Nilayam, No. 235, 'P' Block MGR First Street, MMDA Colony, Arumbakkam, Chennai - 600 106. Mobile: 93828 53646, 8825767500 Email: parisalbooks2021@gmail.com ♦ DTP: V. Dhanalakshmi ♦ Printed at: Compu Printers, Chennai - 86.

Rs. 70

ISBN: 978-93-91949-86-0

முதல் பதிப்பின் பதிப்புரை

அமரர் புதுமைப்பித்தன் நமக்கு அளித்துள்ள இலக்கியச் செல்வங்கள் பலவற்றில் நாரத ராமாயணம் இப்பொழுது முதன்முறையாக அச்சேறுகிறது.

தமிழ் மக்களுக்கு ராம காதை புதிதல்ல. ஆனால் புதுமைப்பித்தன் அதனைப் புது நோக்குடன் எழுதியுள்ளார். ராம சரிதத்தின் பிற்பகுதியாக இந்திய சரிதத்தைப் பகைப்புலனாக வைத்து எழுந்துள்ள இந்நூல் சிந்தனைச் செல்வம் நிறைந்துள்ள ஒரு பொக்கிஷம். புதுமைப்பித்தனின் நடையும் அவரது பாத்திரங்களும் தமிழ் மக்களிடத்தில் ஒரு தனி மதிப்பைப் பெற்றுள்ளன.

இந்நூலின் கைப்பிரதியைக் காப்பாற்றித் தந்த திருமதி கமலா விருத்தாசலம் அவர்களுக்கு எங்கள் நன்றி.

ஸ்டார் பிரசுரம், 1955

நாரத ராமாயணம் (?)

[மொழிபெயர்ப்பு ஆசிரியரின் குறிப்பு]

கொஞ்ச நாட்களுக்கு முன், சுற்றுப்பிரயாணமாக, நான் சீன தேசத்திற்குச் சென்றிருந்தேன். ஒருநாள் ஹோ–யாங்–ஷே என்ற சிறு கிராமத்தில் தங்க நேர்ந்தது. அந்த ஊருக்கு வெளியே, ஒரு காட்டில், போங்–வோ–புய் என்ற பாழடைந்த புத்த மடம் இருப்பதாகத் தெரிந்து, அதைப் பார்க்கச் சென் றேன். அங்கிருந்த ஒரு பெரிய புத்த விஹாரத்தின் கீழ் சில செப்புப் பட்டயங்கள் கிடக்கக் கண்டு, எடுத்துப் பரிசோதித்தேன். அவை வெகு நாட்களாக மண்ணில் கிடந்து புளிப் பிடித்துப் போய்விட்டதனால், எடுத்துவந்து நன்றாக விளக்கிப் பார்க்க, அது தேவநாகரியில் எழுதப்பட்ட ஒரு பழைய கிரந்தமாக இருக்கக் கண்டு முற்றிலும் வாசித்தேன். முன்னும் பின்னும் சில பகுதிகள் இல்லை. அதனால் கிரந்தத்தின் பெயர் என்ன என்று தெரியவில்லை.

கிரந்தம் இரண்டாவது சருக்கத்தில் ஸ்ரீராமபிரானது அரசாட்சியிலிருந்து ஆரம்பித்து அவர் வைகுந்த பதவியடையும் வரை ஒரு பர்வமாகவும், பிறகு அவர் சந்ததியின் சரித்திரங்களைத் திரட்டி, ரகுவம்ச பராக்ரமம் என்ற தலைப்பில் இரண்டாவது பர்வமாகவும் இருந்தது. ஒரே கிரந்தமோ, இரண்டோ என்ற சந்தேகம் அடிக்கடி எனக்கு எழுந்து கொண்டு இருந்தது. மிகவும் சிதைந்து இருந்த முதல் சருக்கத்தில் கோசலநாட்டு, அயோத்தி நகர் வருணனைகள் போல் சில சுலோகங்கள் தோன்றியமையாலும், இரண்டாவது பர்வத்தில் இம்மாதிரி சருக்கங்கள் ஒன்றும் இல்லாமையாலும்,

இது ஸ்ரீராமபிரான் முடிசூட்டிக் கொண்ட பிறகு ஆரம்பித்து சரித்திரத்தைச் சொல்லிக் கொண்டு போகும் ஒரு நூல் என்று அனுமானித்தேன். ஒவ்வொரு சருக்கங்களின் முதலிலும், "நாரத உவாச" என்று ஆரம்பிப்பதால் நாரத ராமாயணம் என்று ஒரு நூல் இருந்ததோ, எனது கைவசம் இருப்பது அதன் ஒரு பகுதியோ, என்று சந்தேகிக்க இடமுண்டாகிறது. என்னிடம் இருப்பது இரண்டாவது பர்வத்தில் மிகவும் சிதைந்து முடிவு பெறாத 13 சருக்கம் வரைதான். நூலின் நிலைமையைப் பார்த்தால் மிகவும் பழமையானது என்று மட்டும் தெரிகிறது.

இதன் நடை ஏறக்குறைய வேதகாலத்து ஸம்ஸ்கிருத நடையாக இருப்பதினாலும், இதன் அபூர்வ இலக்கணப் பிரயோகங்கள் வான்மீகத்தில் மட்டும் வருவதாலும், இதை ஒருவேளை அவர் அறிந்திருப்பாரோ என்று சந்தேகிக்க இடமுண்டாகிறது.

கால ஆராய்ச்சியில் தேர்ச்சிபெற்ற பண்டிதர்கள், தமிழ்நாட்டில் தவிர, வேறு எங்கும் கிடையாது என்று எனக்கு நன்றாகத் தெரியுமாகையால், இதைத் தமிழில் மொழிபெயர்த்தால் பாரத நாட்டிற்கே ஒரு பெரிய தொண்டு இயற்றியவனாவேன் என்று நினைத்தே இதை மொழிபெயர்க்கலானேன். எனக்குத் தமிழ்ப் பயிற்சி ஸம்ஸ்கிருதத்தைவிடக் குறைவு; ஸம்ஸ்கிருதத்தில் ஆங்கிலத்தைவிடக் குறைவு; ஆங்கிலத்தில் சீன பாஷையைவிடக் குறைவு. தமிழ்நாட்டுப் பண்டிதர்கள், நடை விஷயத்தில் மிகவும் கண்டிப்பானவர்கள் என்று கேள்விப்பட்டு, எல்லாவற்றையும் வெளிவிட்டுச் சொல்லிவிட்டேன்.

இதன் மற்றப் பகுதிகள் கிடைத்தால், உடன் வெளியிடும்படி அன்பர்களை வேண்டிக்கொண்டு இக்குறிப்பை முடித்துக் கொள்கிறேன்.

★ ★ ★

2-வது ஆட்சிச் சருக்கம்

நாரதர் சொல்கிறார் :

1. அயோத்தி மாநகரிலே, வசிஷ்டன் கவித்த மௌலியை ஸ்ரீராமபிரான் தன் தலையிலிருந்து கீழே விழாமல் வெகுகாலமாகக் காத்துவந்தார்.
2. அப்பொழுது கோசலநாட்டை நான்கு பாகங்களாகப் பிரித்து, வடக்கே அயோத்தியிலிருந்து மேற்கே கடற்கரை வரை தமக்கு எடுத்துக் கொண்டு, கிழக்குப் பாகத்தைப் பரதனுக்கும், தென்மேற்குப் பாகத்தைச் சத்துருக்கனனுக்கும், மீதியான பாகத்தை லக்ஷ்மணனுக்கும் கொடுத்து விட்டார்.
3. நாட்டில் அமைதியும் செல்வாக்கும் நிறைந்திருந்தது.
4. மக்கள் சந்தோஷத்துடனும் குதூஹலத்துடனும் பிள்ளைகளைப் பெற்றுக் கொண்டிருந்தனர்.

3-வது கவலைச் சருக்கம்

நாரதர் சொல்கிறார்:

1. தாடகைவதம் முதல் ராவண யுத்தம் வரை எப்பொழுதும் யுத்தத்தில் வீரச் செயல் புரிந்து கொண்டு இருந்த ஸ்ரீராமபிரானுக்கு இந்த அமைதி மிகுந்த அரண்மனை வாசத்தில் பொழுது போகவில்லை.
2. அது பெரிய கவலையாக வளர ஆரம்பித்தது.
3. ஆஸ்தான மண்டபத்தில், மிகவும் சித்திர வேலைப்பாடு அமைந்த பொன் சிங்காதனம், அவர் கொலுவிலிருந்து அரசாங்க காரியங்களைக் கவனிக்கும்பொழுது, அப்படி இப்படித் திரும்பினால் மேலெல்லாம் இடித்து விட்டுக்கொண்டிருந்தது.
4. "அகோ வாராய் மதி மந்திரீ" என்று சுமந்திரனைக் கூப்பிட்டு அவனுடைய சாரமற்ற பிரசங்கங்களையும், அறிக்கைகளையும் கேட்டுக் கொண்டிருப்பது ரணவேதனையாயிருந்தது.

5. தகப்பனார் ஐம்பதினாயிர வருஷ காலத்தை எப்படித் தான் இவனுடன் கழித்தார் என்று அவருக்கு அடிக்கடி தோன்றுவதுண்டு.

6. தனது தோள் தினவு தீர்க்க ஏதாவது சண்டை இழுத்து வரமாட்டாளா என்று கர்ப்பிணியான சீதாபிராட்டியை வனத்திற்கு அனுப்பிப் பார்த்தார்.

7. அந்தோ! அதிலும் அவர் ஆசை கைகூடவில்லை. சுகமாக ஒரு ஆண் குழந்தையைப் பெற்றுகொண்டு வந்து சேர்ந்தாள்.

8. ஸ்ரீராமபிராமனுக்கு என்ன செய்வது என்று தோன்றவில்லை. குழந்தையிடம் சீராடிக் காலத்தைப் போக்கலாம் என்று நினைத்தால், எழுத்தாணியைத் தவிர வேறொன்றும் தொட்டறியாத சுமந்திரனின் கைகள் மென்மையாயிருக்க, எடுக்குமுன் "வீல்" என்று கத்தித் தாயாரை நோக்கித் தாவுகிறது.

9. அரக்கர்களும் கண்டு நடுநடுங்கும் ஒருவருக்கு குழந்தையைக்கூட எடுக்கத் தெரியாதோ என்று, சீதைக்குப் பெரிய அவமானமாக இருந்தது.

10. இம்மாதிரியான சிறு சங்கடங்கள், ஸ்ரீராமரின் நெஞ்சில் வேல்போல் குத்தின.

11. சீதையின் ஹ்ருதய கமலத்திலிருந்து பராக்ரம சாலியான ராவணேசுவரனாலும், பெயர்த்து எடுக்க முடியாத தன்னை, இந்த வலிமையற்று, எப்பொதும் அழுது கொண்டேயிருக்கும் குழந்தை தனது சிறு கால்களால் உதைத்துத் தள்ளி விட்டது என்பதை அறிந்தார்.

12. மனஸ்தாபம் என்ற சிறு கால்வாய் நாளுக்கு நாள் பெரிதாகிக்கொண்டே வந்தது.

13. இதையெல்லாம் மறக்க, குழந்தைக்கு லவன் என்று பெயரிட்டு சாஸ்திரங்களில் மறைந்து கிடக்கும் சடங்குகள் எல்லாம் நடத்திப் பார்த்தார். மறக்கவும் முடியவில்லை; பொழுதும் போகவில்லை.

14. ஒவ்வொரு வருஷம் போகிறதும் பெரிய பாடாகி விட்டது. பையனுக்குச் சீக்கிரம் கல்யாணம் செய்து வைத்தார். அந்தக் கல்யாண வருஷம் சற்றுக் கூட்டமும் குதூஹலமுமாக இருந்ததால், போனது சிறிது தெரியவில்லை.

15. பொம்மைக் கல்யாணம் முடிந்து, தன் மருமகளான இளவரசி பருவம் எய்தும்வரை பொழுதுபோனது ஸ்ரீராமருக்குத்தான் தெரியும்.

16, 17, 18. ஸ்ரீராமபிரானுக்கே இப்படி என்றால் ஹனுமாரைப் பற்றிக் கேட்க வேண்டியதில்லை. "இம்மாதிரி உடம்பிலிருக்கும் பேனைக் குத்திக்கொண்டிருக்கும் தொழிலாக இருக்குமென்று தெரிந்திருந்தால், அங்கு சுக்ரீவனுடன் குடித்துவிட்டாவது சோம்பலை மறக்கலாமே" என்று நினைத்த காலங்களும் உண்டு. ஆனால், ஹனுமார் ராமபக்தி மிகுந்த வீரனாகையால் வெளிக்காட்டுவதில்லை.

19. மேலும் சீதாபிராட்டியின் மீது ஒரு தனிக் கோபம் இருந்தது. அசோக வனத்திலிருக்கும்பொழுது, என்ன சொல்கிறோம் என்றுகூடக் கவனிக்காமல் அவள் அவசரப்பட்டுக் கொடுத்த வரத்தினால், தனக்குச் செத்துப்போகவும் வழி இல்லாமல் செய்துவிட்டதை அவரால் மன்னிக்க முடியவே இல்லை.

20. பிரம்மச்சரிய வாழ்க்கையின் மகிமையை எடுத்து உரைக்கும்பொழுது, பெண்களுக்கு வரம் கொடுக்கக்கூடத் தெரியாது என்பதற்கு உதாரணமாக இதை இவர் பிற்காலங்களில் கூறுவதும் உண்டு.

21–25. ஹனுமாரின் கஷ்டத்தை ஒருவாறு அறிந்த ராமருக்கும் ஒரு யோஜனை தோன்றியது. தமது குமாரனுக்குப் பட்டத்தைக் கட்டிவிட்டால், இந்த சிங்கா தனக்குத்தலும் ஒருவாறு ஒழியும். சுமந்திரனோ மிகுந்த நம்பிக்கையானவன், தனது பால மகாராஜாவைப் பார்த்துக்கொள்ள. நாம் ஏன் ஹனுமாருடனும் சீதையுடனும் கானகம் சென்று, அங்கிருக்கும் அரக்கர்களையாவது கொன்று தோள் தினவு

தீர்க்கலாகாது என்று எண்ணி, ஹனுமனிடம் சொல்ல, மிகுத்த சந்தோஷம் உண்டாகி, அவருடைய பாதங்களில் சாஷ்டாங்கமாக விழுந்து பின்வருமாறு சொல்லலானான்.

26. ஹனுமான் கூறுகிறான்: "என்னை அடிமை பூண்ட அண்ணலே! இன்றுதான் நான் கிருதார்த்தனானேன்.

27. "தென் திசையிலுள்ள அரக்கர்களை நாம் அப்பொழுதே துவம்சம் செய்து விட்டோம். அங்கு ஒருவரும் கிடையாது. வட திசையில் இமயமலைச் சாரலில் ஒருவேளை இருக்கலாம். அங்கு போவது நலம்" என்றான்.

28. ஸ்ரீராமரும் அவரது புத்தியை மெச்சி, "அப்படியே ஆகுக" என்றார்.

4–வது முடிசூட்டுச் சருக்கம்

நாரதர் கூறுகிறார் :

1. பிறகு லவனுடைய பட்டாபிஷேகத்துக்கு வேண்டிய காரியங்களைச் செய்ய சுமந்திரனுக்குக் கட்டளையிட்டார்.

2. அரசன் வாக்கிற்கு எதிர்வாக்கு உண்டா?

3. இப்பொழுது தான் ஸ்ரீராமபிரானுக்குத் தமது ஏக பத்னி விரதத்தின் சுகத்தை நன்றாக அறிய முடிந்தது. தமது தகப்பனாரைப்போல் கைகேயி வரங்களால் தமக்குச் சாவு நேர்ந்து தமது மனோபீஷ்டத்திற்குப் பங்கம் ஏற்படும் என்ற பயம் சிறிதும் உண்டா?

4. தாம் இறந்துபோனாலும் கெடுதல் ஒன்றும் இல்லை. எப்பொழுதும் இருமிக்கொண்டிருக்கும் தமது குமாரனுக்குக் காட்டு வாழ்க்கை ஒத்துவராதே?

5. இவையெல்லாம் எண்ணிப் பார்க்கையில், அன்று வலியவந்த அந்த சந்தர்ப்பத்தில் தான் மணக்காது தப்பியது ஒரு பெரிய தெய்வ அனுக்கிரகம் என்று நினைத்து சந்தோஷப்பட்டார்.

6. பட்டாபிஷேகம் நடந்தது. முன்புபோல் இல்லாமல் சடங்குகளைச் சுருக்கிக் காரியத்தை முடித்தார். இதில் இளைய மகாராஜாவிற்குச் சிறிது வருத்தம்.

5-வது வனம் புகு சருக்கம்

நாரதர் சொல்லுகிறார்:

1. ஸ்ரீராமர், ஹனுமார், சீதை மூவரும் வடதிசை நோக்கிச் சென்றார்கள்.

2. சகோதரருக்குச் சொல்லிவிட்டால் வந்து சேர நெடுநாட்களாகுமென்றும், அவர்கள் ராஜ்யத்தைப் பதிலாக ஆள ஒருவரும் இல்லை என்றும், ஸ்ரீராமர் நினைத்ததால் ஒருவருக்கும் சொல்லியனுப்பவில்லை. மூவரும் தனியாகவே சென்றார்கள்.

3. இமயமலைச் சாரலை யடைந்து, ஒரு இடம்கூடப் பாக்கி இல்லாமல் தேடியும் ஒரு அரக்கனையாவது காண முடியவில்லை.

4. தாம் இருப்பதால் ஒளிந்துகொண்டிருக்கிறார்களோ என்று நினைத்து ஒரு யுக்தி செய்தார்.

5. உடனே ஹனுமாரை ஒரு பர்னசாலை கட்டச் சொன்னார்.

6. ஹனுமாரும், தன்னால் இயன்றமட்டிலும் பர்னசாலை மாதிரி ஒன்று கட்ட, ராமருக்கு, ஏன் லக்ஷ்மணனைக் கூட்டிவராமல் போனோம் பர்னசாலையாவது கட்டத் தெரியுமே என்ற வருத்தம் தோன்றியது.

7. பிறகு சீதையை அதில் உட்காரவைத்துவிட்டு இரவும் பகலுமாக, நான்கு நாட்கள், பக்கத்திலிருந்த தேவதாரு மரக்கிளைகளில் ஒளிந்து கவனித்தார்கள். ஒரு அரக்கனாவது சீதையைத் தூக்க முன்வரவில்லை.

8. தமக்கு வேலை கொடுக்கும் திறமை அரக்கரிடம் இருக்கும் என்ற நம்பிக்கை குறைய ஆரம்பித்தது.

9. அரக்கர்கள், ராவண புத்தியைவிட, விபீஷண யுக்தி மேலானதென்று கண்டு, விபீஷணனுடன் இலங்கையில் இருப்பது ராமருக்குத் தெரியாது.

10. மரத்தை விட்டுக் கீழே இறங்கி பர்னசாலையை நெருங்கினார்கள்.

11. இமயமலைச் சாரலில் எப்பொழுதும் காற்று அதிகமாதலால் தர்ப்பைப் புல்லினாலும், நாணல் தும்புகளினாலும், ஹனுமார் கட்டிய பானசாலை, பக்கத்தில் உள்ள தேவதாரு மரங்களில் தொங்கிக்கொண்டிருந்தது.

12. குளிர் பொறுக்க முடியாமல், சேலையைப் போர்த்திக்கொண்டு, சீதை, தரையில் உட்கார்ந்து நடுங்கிக்கொண்டிருந்தாள்.

13. இவர்கள் நெருங்கினதும் "நீங்கள் இப்பொழுது அரக்கரைக் கொல்லும் விதம், வெகு நன்றாய் இருக்கிறது. இங்கு குளிர் தாங்க முடியவில்லை. வாருங்கள், அந்தக் குகையிலாவது இரவைக் கழிக்கலாம்" என்ற சீதையின் வார்த்தைகள் இருவர் நெஞ்சிலும் கூரிய வேல்போல் பாய்ந்தது.

14. மூவரும் குகையுள் செல்ல, ஹனுமார் தன் மடியிலிருந்த காய், கனிகளைக் கொடுத்துச் சாப்பிடச் சொன்னார்.

15. சாப்பிடும்பொழுது சீதை, "எனக்குத் தூக்கம் அதிகமாக வருகிறது; கொழுந்தனார் இருந்தபொழுது தர்ப்பைப் பாயாவது கிடைத்தது" என்றாள்.

16. "இருட்டில் எங்கு போவது" என்று ராமர் சொல்லுமுன், "இப்பக்கத்தில்தான் சரயு உற்பத்தியாகி ஓடி வருகிறது. அங்கிருந்து கொண்டுவருகிறேன்" என்று கூறிக் கொண்டே ஹனுமார் வெளியே போய்விட்டார்.

17. சற்றுநேரத்தில் ஹனுமாரும் பாயுடன் வந்து சேரப் படுத்துக்கொண்டார்கள், ஹனுமார் குகையின் வாசலில் காவலாக உறங்கினார்.

18. இரண்டு மூன்று நாள் அலைந்ததினாலும், அன்று குளிரில் வெகுநேரம் உட்கார்ந்திருந்ததினாலும், சீதை படுத்ததும் தூங்கிவிட்டாள். ஹனுமார், இருட்டில் சரயுவைக் கண்டுபிடிக்கச் சற்று சிரமம் எடுத்ததினால் அயர்ந்து விட்டார்.

19. ஸ்ரீராமபிரானுக்கு உறக்கம் வரவில்லை. அரக்கரைத் தேடிக் காட்டிற்கு வந்தது நிஷ்பிரயோஜனமாகப் போனதினாலும், சீதையிடமிருந்து தேள் கொடுக்குப்போல் வரும் வார்த்தைகளினாலும், தன்னைப்போல் கஷ்டப்படும் ஹனுமாரின் வருத்தத்தைக் காணச் சகியாததினாலும் அவர் மனம் சஞ்சலப்பட்டுக் கொந்தளித்துக்கொண்டிருந்தது.

20. அயர்ந்த நித்திரையாலும், ஜலதோஷத்தினாலும், சீதையிடமிருந்து வரும் குறட்டைகளையும் தும்மல்களையும், கணக்கு எண்ணிக்கொண்டிருக்கும் நிலைமை ஏற்பட்டுவிடும் என்று பயந்து, ஸ்ரீராமர் சற்று உலாவ வெளியே செல்ல, ஏன் சரயுவைப் பார்த்துவிட்டு வரக்கூடாது என்ற எண்ணம் தோன்றிற்று.

21. மரங்கள் கவிந்திருந்ததால் உள்ள இருட்டைத் தவிர்த்து சரயுவைக் காண ஹனுமார் சற்று முன்பு அவைகளைப் பிடுங்கி வரிசையாய் அடுக்கி இருந்ததினால் ராமருக்கு வழி எளிதாக இருந்தது.

22. சரயுவின் கரையை அடைந்து ஒரு பாறையின் மேல் உட்கார்ந்தார்.

23. மேகமற்ற ஆகாயத்தில் நட்சத்திரங்கள் கண் சிமிட்டின; கீழே தொட்டால் கையில் இரத்தம் உறைந்து விடும்படியான குளிர்ச்சி பொருந்திய சரயு. சலசலவென்று ஓடிக்கொண்டிருந்தது. வாடைக் காற்று உடம்பை நடுக்கிற்று.

24. பாறையின்மேல் உட்காந்திருந்த ராமருக்கு மனம் கொந்தளித்துக்கொண்டிருந்தது.

25. சரயுவில் குதித்துக் கவலையையும் உயிரையும் ஏன் ஒழிக்கக்கூடாது என்று திடீரென்று தோன்றிற்று.

26. இடை வேஷ்டியை இறுக்கிக் கட்டிக்கொண்டு சரயுவில் குதித்தார்.

27. அந்தோ! இங்கும் அவர் மனம் பெரிய ஏமாற்ற மடைந்தது. ஆழம் கழுத்தளவிற்குமேல் இல்லை.

28. ஏமாற்றிய சரயுவிற்கு ஒரு முழுக்குப் போட்டு விட்டு, கசந்த மனத்துடன் கரை ஏறி உடம்பைத் துடைத்து விட்டு சரயுவைத் திரும்பிக்கூடப் பார்க்காமல் குகைக்கு வந்தார்.

29. ஒரு பெரிய இருமலினால் எழுந்த சீதை, கணவனைக் காணாமல், கூப்பாடுபோட்டு ஹனுமனைத் தேடச் சொல்லுவது அவசியமா என்று யோசித்திருக்கையில், ராமர் ஈர உடையுடன் வர, "என்ன இது?" என்று கேட்டாள்.

30. கவலையை மறைக்க முயலும் குரலில், "வியர்த்தது, குளித்துவிட்டு வந்தேன்" என்று பதில் சொல்லிய வுடன் சீதையும் கணவனின் மனதை ஒருவாறு அறிந்து கொண்டாள்.

அன்று இரவு குகையில் இருவர் தூங்கவில்லை.

31. பொழுதும் விடிந்தது. சீதை ஹனுமனிடம் ரகஸியமாக, இரவில் நடந்ததை உத்தேசமாகக் கூறி, கணவரை எப்படியாவது அயோத்திக்குக் கூட்டிப்போய்விட வேண்டுமென்றாள்.

32. ஹனுமாரும் இணங்கி, ராமரிடம் சென்று, பக்குவமாக, "இங்கு அரக்கர்கள் இல்லையே? அயோத்திக்குப் போகத் திருவுளம் எப்படியோ?" என்றார்.

33. ஸ்ரீராமபிரானும் பதில் பேசாமல் கூடவர மூவரும் அயோத்திக்குத் திரும்பினார்கள்.

6-வது உத்தியாவன மாளிகைச் சருக்கம்

நாரதர் கூறுகிறார்:

1. கானகம் சென்ற ஸ்ரீராமபிரான் திரும்பி வந்து விட்டார் என்ற செய்தி நகரம் முழுவதும் பரவியது.

2. இளைய மகாராஜாவும், சுமந்திரன் முதலிய மந்திரி பிரதானிகள் புடைசூழ, வந்து, தந்தையை வரவேற்றுச் சென்றான்.

3. மாளிகையை அடைந்ததும் தந்தையைப் பொன்னாலான சிங்காதனத்தில் அமரும்படியாக வேண்டினான், அதை மறுத்து ஸ்ரீராமபிரான் பின்வருமாறு சொல்லுகிறார்.

ஸ்ரீராமர் சொல்லுகிறார்:

4. "அதில் உட்கார்ந்தால் என்னை மேலெல்லாம் இடித்துவிட்டுக் கொண்டிருக்கிறது. அன்று ராவணனைக் கொன்றேனே, அந்த இரவில் எனது களைப்பைத் தவிர்த்தது தருப்பை ஆசனந்தான். அதை ஹனுமான் எடுத்து விரிப்பான். உனக்கு இருமல் எப்படி இருக்கிறது?" என்று கேட்டதற்கு புத்திரன் பதில் சொல்லுகிறான்.

லவன் சொல்லுகிறான்:

5. "நமது அரண்மனை வைத்தியனான தன்வந்திரிபாலன் மருந்தில் குணம் உண்டு. அவன் என்னை ஒரு மண்டலம் வரை பத்தியம் இருக்கச் சொல்லுகிறான். அதுவரை நாட்டைப் பார்த்துக்கொள்ளத் திருவுளம் எப்படியோ?" என்று கேட்க.

ஸ்ரீராமர் கூறுகிறார் :

6. "கண்டிப்பாக அந்த வேலை நம்மால் முடியாது. சுமந்திரன் இருக்கிறான் எல்லாவற்றையும் பார்த்துக்

கொள்வான். நீ எனக்கு நமது உத்தியாவனத்தில் கிழக்கு ஓரத்தில் இருக்கும் மாளிகையைத் தயார் செய். நானும் உன் தாயாரும் சற்று நிம்மதியாய் வசிக்க உத்தேசித்திருக்கிறோம். ஹனுமான் இருக்கிறான் எங்கள் காரியங்களைப் பார்த்துக் கொள்ள" என்றார்.

7. தகப்பனாரின் உத்திரவுப்படி நடந்தது.

8. ஸ்ரீராமரும் அங்கு தனது பத்தினியுடன் வசிக்கலானார்.

9. ஒன்றிரண்டு வாரங்களில் தனது ஆசையின் பைத்தியக்காரத்தனத்தை நன்றாக உணர்ந்துகொண்டார்.

10. காட்டை நினைத்து நாட்டை விட்டதும், அந்தக் காடும் தனக்கு நாடாக மாறியதும், சரயு தனது சிறிய ஆசை யைக்கூட நிறைவேற்ற முடியாமல் கையை விரித்ததும், பிறகு தனயன் கொடுத்த ராஜ்ய பாரத்தை, தான் மனப்பால் குடித்த சுக வாழ்வு என்ற கனவிற்கு இழந்து தனது வாழ்க்கையை ஒரு தொழிலும் இல்லாத, சிங்காதன இடியும் சுமந்திரனின் சாரமற்ற பேச்சுகளுங்கூட இல்வாத, வெறும் பாழ்வெளி என்ற நாள் சங்கிலிகளாக மாற்றிக்கொண்டதை நினைத்து நினைத்து வருந்துவார். ஸ்ரீராமபிரானுக்கு நரகம் சற்று எப்படியிருக்கும் என்று தெரியும் நிலை ஏற்பட்டது.

11. அயோத்திக்கு வந்த பிறகு சீதைக்கு அரண்மனை ஜோலி அதிகமாயிற்று.

12. தன்வந்திரிபாலன் சொன்ன பிரகாரம், தனது மகனாகிய லவ மகாராஜனுக்கு மருந்து கொடுத்துக்கொண்டும், தனது மருமகளான பட்டமகிஷி இப்பொழுது கர்ப்பிணியாக இருந்ததால் அவள் தேக நிலையைக் கவலையாகக் கவனித்துக் கொண்டும் இருந்ததினால் சீதைக்குத் தனது பர்த்தா இருக்கும் மாளிகைப் பக்கம் அடிக்கடி வர நேரமே இல்லாமல் போய்விட்டது

13. இதனால் ஸ்ரீராமபிரானும் ஹனுமாரும் தனியாக வசிக்கும்படி நேரிட்டது.

14. ஹனுமாரும் தனது அண்ணலின் கதியை நினைத்து வருந்துவார்.
15. தன்னைப்போல் பிரம்மச்சாரியாக இருந்திராமல் கல்யாணம் செய்துகொண்டதற்காகத் தனது அண்ணலுக்கு இவ்வளவும் வேண்டும் என்றும் நினைத்ததுண்டு. ஆனால் பணிவிடை செய்வதில் தவறாது.
16. உத்தியாவன மாளிகை வாசத்தினால், இருவரும் வெகுவாகத் தளர்ந்து போனார்கள்.
17. முதலில் பொழுதுபோக்காகப் பழைய கதைகளைப் பேச ஆரம்பித்து, வரவர அதையே தொழிலாகக் கொண்டு, தங்கள் பழைய யுத்தங்களை வார்த்தைகளில் நடத்தி அதில் மிகுந்த உத்ஸாகமடைந்தார்கள்.
18. வயது சென்ற நரம்புக் குழாய்களில் இரத்தம் சற்று வேகமாக ஓட ஆரம்பித்தது. வாழ்க்கையில் சற்று இனிமை தோன்றியது.
19. ராமாயண பாராயணத்தின் பலனை அவர்கள் தான் முதன் முதலாக அனுபவித்தார்கள்.
20. ஸ்ரீராமபிரான் இந்த நற்பயனைத் தனது வலிமையற்ற புத்திரனுக்கு உடனே ஹனுமார் மூலம் தெரிவித்தார்.
21. பிதுர் வாக்ய பரிபாலனத்தில், தனது தந்தையின் சக்தியில் தனக்குப் பாதியாவது இருக்கிறது என்று காட்டயத்தனிக்க, உடனே தன்வந்திரிபாலன், மகாராஜாவிற்கு நெஞ்சில் நுரையீரல் சம்பந்தமான வியாதி என்றும், பாராயணம் நெஞ்சை உலர்த்திவிடும் என்றும் சீதையிடம் கூற, அவள் கண்டிப்பாக ராமரிடம் போகக்கூடாதென்று நிறுத்திவிட்டாள்.
22. இதனால் ஸ்ரீராமபிரானுக்குச் சிறிது வருத்தமாயினும் அதை வெளிக்குக் காட்டவில்லை.
23. இப்பொழுது ராமாயண பஜனையில் இருக்கும் உத்ஸாகத்தில் ஸ்ரீராமபிரானுக்கும் ஹனுமாருக்கும் அரசனும் அடிமையும் என்ற பிளவு மறைந்து, இரண்டு

உடம்பும் ஒரு உடலும் உள்ள பக்த நண்பர்களாகி, தங்கள் இதிகாஸத்தில் மூழ்கித் திளைத்தார்கள்.

7–வது புத்திரப்பேறுச் சருக்கம்

நாரதர் சொல்லுகிறார்:

1. இப்பொழுது ஸ்ரீராமபிரான் தள்ளாத கிழவரானார். சூர்ப்பனகை கண்டு காதலித்த இருண்டு சுருண்ட குஞ்சியும் பஞ்சாய்விட்டது. தாமரை போன்ற மாசற்ற கண்களும் பாசியடைந்த குளம்போலாகி மங்கியது.

2. விதி என்ற தெய்வத்தச்சன் முகத்தில் கோடுகளை நிறைத்து ராம சரிதத்தை எழுத ஆரம்பித்து விட்டான்.

3. அன்று ராவணன், தூக்கத்திலிருந்து அலறியடித் துக்கொண்டு எழுந்திருக்கும்படியாக, வில் நாணில் 'டங்கா ரம்' செய்த கைகளும் விரல்களும் நடுங்குகின்றன.

4. தர்ப்பை யாசனத்தை விட்டு ஒரு தடவைகூட அனாவசியமாக எழுந்திருக்க முடியாத தள்ளாத கிழவரானார்.

5. ஹனுமாரும் அப்படித்தான்.

6. மேலெல்லாம் ரோமம் உதிர்ந்துவிட்டது.

7. பற்கள் முந்தி இருந்தன என்பதற்கு அடையாளமாக, எங்கோ ஒரு பல் ஆடிக்கொண்டிருந்தது. அரக்கர்களைத் தகர்த்த பற்கள் இருந்த வாய், தேங்காயை உடைக்கவும் சக்தியற்று, மெதுவான வாழைப்பழத்தையும் பாலையும் வேண்டியது.

8. இலங்கையைக் கொளுத்திய வால், பேன்கள் நிறைந்து நிமிர்ந்து நிற்கவும் முடியாமல் தரையில் இழுபடுகிறது. வாலின் நுனியில் இருந்த மணியின் நாக்கு ஒடிந்து விட்டது.

9. இலங்கையைத் தாண்டிய கால்களும் இலங்கிணியைக் கொன்ற முஷ்டிகளும் சுருங்கித் தொங்கும் தசைகளாய் நடுங்குகின்றன.

10. இருவரும் தமது கதைகளின் பேச்சின்பத்தை மறக்கவில்லை. ஆனால் இருவருக்கும் மறதி யதிகமாகி விட்டது.

11. ஸ்ரீராமபிரான் சிலசமயம் பேச்சில், முதலிலேயே ராவணனைக் கொன்றுவிடுவார், அல்லது குகனைக் கிஷ்கிந்தையில் சந்தித்துவிடுவார், அல்லது சரபங்கரைக் கொன்று விராதனைச் சிம்மாசனத்தில் ஏற்றிவிடுவார்.

12. ஹனுமார் இவற்றை எல்லாம் மிகுந்த அன்புடன் திருத்திவிடுவார்.

13. சில சமயங்களில் ஹனுமார் பரதன் விழ இருந்த தீயை அவித்துவிட்டு, சீதையைக் காண இலங்கைக்குத் தாண்டுவார், அல்லது சீதை விழ இருந்த தீயை அவித்து விட்டு விபீஷணனிடம் ஸ்ரீராமர் வருகையைப் பற்றிக் கூறி விடுவார்.

14. ஆனால் மொத்தமாக இருவரும் தங்கள் சரித்திரங்களின் அம்சங்களை மறக்கவில்லை.

15. அயோத்தி என்ற வெளியுலகையும் மறந்தனர்; சீதையையும் மறந்தனர்.

16. காலாகாலத்தில் பட்டமகிஷிக்கு நான்கு புத்திரர்கள் ஏகசமயத்தில் ஜனித்தனர்.

17. அந்தச் சந்தோஷச் செய்தியை ஸ்ரீராமரிடம் தெரிவிக்க, லவ மகாராஜனும் சீதாபிராட்டியும் உத்தியாவன மாளிகைக்கு வந்தார்கள்.

18. ஸ்ரீராமபிரான் சீதாபிராட்டியைக் காணவில்லை.

19. மிதிலையில் தனக்கு சிவதனுஸை ஒடிக்கக்கூடிய ஒரு புதிய சக்தியைக் கொடுத்த தனது வாழ்வின் பயனைக் காணவில்லை. அன்று ராவணேஸ்வரன்,

ஒரு குளிர்ச்சி பொருந்திய கடைக்கண் பார்வைக்காக, தனது ஏகசக்ராதிபத்யம், வீரம், சமூகம் என்ற தனது வாழ்க்கையின் இலக்ஷியங்களை எல்லாம் ஆகுதியாகச் சொரிந்தும் இழந்த அந்தச் சீதையைக் காணவில்லை; ஆனால் தான் சிறுபருவத்தில், விளையாட்டிற்காக உண்டைவில்லால் அடித்துச் சிரித்ததற்காக, தனது தந்தையின் உயிருக்கு யமனாக வந்த கூனியைப் போன்ற ஒரு கிழவியைத்தான் கண்டார். தானும் கிழவன் என்பதை உணர்ந்தார்.

20. சீதாபிராட்டியும் தங்களுக்கு நான்கு பேரன்கள் பிறந்த சந்தோஷச் செய்தியைக் கூறினாள்.

21. ஸ்ரீராமபிரான் தலையை மட்டும் அசைந்து விட்டுப் பேசாமலிருந்தார்.

22. புத்திரன், "என்ன பெயர் இடவேண்டும்?" என்று பணிவுடன் கேட்டதற்கு, "குகன், விபீஷணன், சுக்ரீவன், பரதன் " என்று வெடுக்கென்று கூறிவிட்டு, தான் இலங்கையில் முதல் நாள் போரில், கவந்தனை வெகு கஷ்டப்பட்டுக் கொன்றதை ஹனுமாரிடம் விஸ்தரிக்கலானார்.

23. அரசனும் சற்றுக் கோபத்துடன் திரும்பிப் போய் விட்டான்.

24. ஆனால் தந்தையின்மீது மிகுந்த வாத்ஸல்யம் உடையவனாகையால், சுமந்திரன் தேற்றத் தேறி. அவர் இஷ்டப்படியே பெயர் இட்டுவிட்டான்.

(சீதாபிராட்டியார் தனது மதியீனத்தினால் கணவனை இந்த நிலைமைக்குக் கொண்டுவிட்டதை நினைத்து, ஒரு நிமிஷமேனும் பிரியாமல் பணிவிடை செய்துவந்தாள்.)

25. இப்பொழுது மூவர் ராமகதையில் ஈடுபட்டிருந்தனர்.

8-வது வளர்ச்சிச் சருக்கம்

நாரதர் கூறுகிறார்:

1. நாட்களும் வருஷங்களாயின. அரசிளங் குழந்தைகள் இளவரசர்கள் ஆனார்கள்.

2-10. மூத்த குமாரனான குகனுக்கு ராஜகளை சிறிதேனும் இல்லை. யுத்த வீரனுடைய பழக்கங்களில் சற்றேனும் விருப்பமில்லை. அரண்மனைத் தோட்டத்தில் உள்ள செடிகளுக்குத் தண்ணீர் எடுத்து ஊற்றுவதிலும், வயல்களை உழுவதிலும் அதிகப் பிரியமிருந்தது. மற்றவர்கள் அவன் முழு மூடன் என்று எண்ணிக் கேலி செய்தார்கள். இம்மாதிரித் தொழிலில் அதிக ஆவலிருந்ததனால் சில சமயங்களில் குளிக்காமல் உடம்பு எல்லாம் சேறாக அரண்மனைக்குள் வந்து விடுவான். இதனால் இவனைக் கண்டவுடன் மற்றவர்கள் விலகவும் அசுசியப்படவும் ஆரம்பித்தார்கள். இதனால் மற்றவர்களுக்கு அனாவசியமாகத் தொந்திரவு கொடுக்க விரும்பாத, குகனும், அரண்மனை மதிற்சுவர் பக்கத்தில் ஒரு சிறிய வீடு கட்டிக் கொண்டு தனது தொழிலுக்கு உதவக்கூடிய ஒரு பெண்ணை மணம் செய்துகொண்டு, அரண்மனை வயல்களைக் கவனித்து வந்தான். அவன் உழைப்பினால் வயல்கள் முன்னைவிட இருமடங்கு அதிகமாக விளைந்தன. அக்காலங்களில் உள்ளவர்கள் தங்கள் மற்ற தொழில்களுடன் இந்தப் பயிர்த் தொழிலையும் கவனித்ததினால் அவ்வளவாக விளையவில்லை இதுதான் குகன் கண்டுபிடித்த உண்மை.

11-15. இரண்டாவது அரசிளங்குமாரனான விபீஷணன் தனது பாட்டனுடைய சரித்திரங்களைக் கூட இருந்து கேட்பதிலும் வசிஷ்டர் எழுதிவைத்துப் போன ஓலைச் சுவடிகளைப் படிப்பதிலும் மிகுந்த ஆவல் கொண்டிருந்தான். ராஜ குமாரனாகிலும் வசிஷ்டரைப்போல் ஆகவேண்டுமென்று ஆவல் இருந்தது.

புதுமைப்பித்தன் ≻ 21

16–21. மூன்றாவதான சுக்ரீவன் மிகுந்த சல்லாப புருஷன், நல்ல அழகன், லவமகாராஜனுக்கு மிக்கப் பிரியமான புத்திரன், இவனுக்கு முடிசூட்டவேண்டும் என்ற ஆவல் கூட இருந்தது. இவன் ஒருநாள் தகப்பனாரிடம் விடை பெற்றுக்கொண்டு, தனது பாட்டனின் நண்பனாகிய பழைய சுக்ரீவன் இருக்கும் கிஷ்கிந்தைக்குச் சென்றான். அவனுடன் நெருங்கிப் பழகியதில், மதுவனத்தின் ருசியை அறிவதில் தேர்ச்சி பெற்றான். அங்கிருந்து, திரும்பும்பொழுது மூத்த சுக்ரீவனின் கண்பார்வையில் தயாரிக்கப்பட்ட நூறு மதுக் குடங்களையும், அது தயாரிக்கும் விதத்தை ஓலைச் சுருளிலும் எழுதி வாங்கிக்கொண்டு திரும்பினான்.

22–28. நான்காவது புத்திரனாகிய பரதனுக்கு தனது இரண்டாவது அண்ணனைப்போல் பாட்டனிடம் போய் வருவதில் அதிக ஆசையுண்டு. அவரைப்போல் வீரச் செயல்கள் புரியவேண்டும் என்ற ஆசை உண்டு. ஆனால் உடம்பு வலிமையற்றது. தோட்டங்களில் உள்ள மரங்களை அரக்கர்களாகவும், பொய்கைகளைச் சமுத்திரங்களாகவும் நினைத்து விளையாடி உடம்பில் காயம் உண்டாக்கிக்கொண்டு தோட்டத்தையும் பாழ்படுத்தி விடுவான். இவனுக்கு மூத்த சகோதரன்மேல் வாஞ்சை அதிகம். மற்றவர்கள் அவனை ஒதுக்கி வைப்பார்கள். இவன் அவனைத் தன் மூத்த சகோதரனாக மதிப்பான். இவனும் ஒருநாள் தந்தையிடம் விடைபெற்றுக் கொண்டு, தனது பாட்டனார் வீரச்செயல்கள் புரிந்த க்ஷேத்திரங்களைக் காணச் சென்றுவிட்டான்.

9–வது உத்தரராமச் சருக்கம்

நாரதர் கூறுகிறார்:

1. இப்படி இருக்கையிலே ஒருநாள் இரவு தேவேந்திரனானவன் தேவர்கள் புடைசூழ உத்தியாவன மாளிகைக்கு வந்து ஸ்ரீராமபிரானது பாதங்களில் நமஸ்கரித்துப் பின்வருமாறு கூறலானான்.

இந்திரன் சொல்லுகிறான்:

2–7. "இத்தனை நாள் வரை தங்கள் வரவை எதிர் பார்த்திருந்தோம். தங்கள் கருணை அயோத்தி நகரிலே தங்கிவிட்டது. அங்கு பாற்கடலோ பாசி பிடிக்க ஆரம்பித்துவிட்டது. வெகு நாட்களாக வராததினால் தங்கள் சேஷசயனத்தில் காளான்கள் முளைக்க ஆரம்பிக்கின்றன. தாங்கள் அங்கு வந்து தூங்குவதற்குத் திருவுளம் எப்படியோ" என்று தனது ஆயிரம் கண்களினின்றும் தாரை தாரையாகக் கண்ணீர் வடித்து அழுது, ஸ்ரீராமபிரானையும் சீதாபிராட்டியாரையும், புஷ்பக விமானத்தில் வைத்துக் கூட்டிக்கொண்டு போய்விட்டான். முன்பு தன்னை இலங்கையில் கண்டவுடன், ஊளையிட்டுக்கொண்டு ராவணனின் முன்புஓடி முறையிட்ட இந்தத் தேவர்களின் செய்கையைக் கண்டு, ஹனுமாருக்குக் கோபாக்கினி கொழுந்துவிட்டு எரிந்தது. ஆயினும் என்ன செய்யலாம்; இப்பொழுது வாலைத் தூக்கிப் பயமுறுத்தவும் முடியவில்லையே.

10–வது ஹனுமன் தனிமைச் சருக்கம்

நாரதர் கூறுகிறார்:

1–10. ஹனுமார் கொஞ்ச காலம் தன்னந் தனியாகவே பஜனை செய்தார். பிறகு இரண்டாவது அரசிளங் குமரனாகிய விபீஷணன் உடன்சேர, இருவருமாக ஸ்ரீராமபிரானைப் போலவும் சீதாபிராட்டியைப் போலவும் விக்கிரகம் செய்துவைத்து பஜித்தார்கள். விபீஷணனுக்கு யாப்பிலக்கணம் தெரியுமாகையால், ராம சரிதத்தைப் பாட்டாகப் பாடி வைத்தான். இது இருவருக்கும் சௌகரியமாக இருந்தது. ஹனுமனின் மறதிக்கு இடமில்லாமல் ஒவ்வொருநாளும் கொஞ்சங் கொஞ்சம் பாராயணம் செய்யவும் சுலபமாகவும் இருந்தது. விபீஷணன் தனது பாட்டனார் கண்டுபிடித்த உண்மையை அனுபவிக்க ஆரம்பித்தான்.

ரகுவம்ச பராக்கிரம பர்வம்

1-வது சுக்ரீவ பட்டாபிஷேகச் சருக்கம்

சஞ்சலன் சொல்லுகிறான்:

1. மறுநாள் நாங்கள் எங்கள் நியமநிஷ்டைகளை முடித்துக்கொண்டு உட்கார்ந்திருக்கையில் நாரத முனிவர் முந்தின நாள்போல் அங்கு வர, எங்களில் ஒருவனாகிய மூஷிகன், அவரது பாதாரவிந்தங்களில் விழுந்து பின்வருமாறு கூறலானான்.

மூஷிகன் சொல்லுகிறான்:

2. "ஹே! முனிசிரேஷ்ட! நேற்றுத் தாங்கள் கூறிய ஸ்ரீராம சரிதத்தைக் கேட்டுப் புண்ணியம் எய்தினோம். எங்களுக்கு ரகுவம்சத்தின் சரித்திர மகிமையை அறிய ஆவலாயிருக்கிறது" என்றான்.

நாரதர் சொல்கிறார்:

3–5. கேளீர் நைமிசாரண்ய வாசிகளே! கேளாய் மூஷிக! ரகுவம்ச பராக்கிரமத்தைப் பற்றிக் கூறிமுடிக்க ஒரு நாவும் போதாது. ஒரு நாளும் போதாது. அதன் பலன் சொல்லத்தரமன்று, இன்று இரவே அதன் பலனை நீங்கள் தர்ப்பை யாசனத்தில் அமர்ந்திருக்கும்போது அறிவீர்கள். செவிகளை நன்றாகச் சாய்த்துக் கேளுங்கள்.

6–12. ஸ்ரீராமபிரான் திருநாட்டை அலங்கரித்து ஒரு வருஷமா யிற்று. மாரிகாலமும் வந்தது. லவமகாராஜனுக்குக் காசநோயும் அதிகப்பட்டது. ஒரு நாள் இரவு, கூற்றுவனும், தன்வந்திரிபாலனுக்குத் தெரியாமல் வந்து லவமகாராஜனை, தனது புத்திரர்களுக்கு முடிசூட்டக்கூட அவகாசம் கொடுக்காமல் அழைத்துக்கொண்டு போய்விட்டான்.

சுமந்திரன் தள்ளாத கிழவனாகிலும், இந்த வயதுவரை தனது மனதிற்குகந்த மந்திரித் தொழிலை, வேலை ஓய்ந்து போய்விட்டது என்று ஸ்ரீராமபிரானுக்கு இருந்த கவலை ஏற்படாமல் செய்து வந்ததினாலும், அரண்மனை வைத்தியரின் கஷாயங்களினாலும், ஒருவாறு இவ்வளவு காலம்வரை நடத்தி வருகிறான்.

13–15. இவ்வாறு எதிர்பாராத விதமாக ஏற்பட்ட துன்பத்தினால் மனம் தத்தளித்ததாயினும், அரசாங்கத்தின் நன்மையைக் கோரும் மந்திரியாகையால், தன்னைத் தேற்றிக் கொண்டு, குகனால் பிரயோஜனமில்லை என்று அறிந்து, சுமந்திரன் விபீஷணனிடம் சென்று பட்டத்தை ஏற்றுக்கொள்ளும்படி வேண்டினான்.

16–18. தந்தையின் கருமங்களை மட்டும் செய்யத்தான் தனக்கு அவகாசம் இருக்கிறதென்றும், தனது ராம பஜனைக்கும் அரசாங்கத்திற்கும் ஒத்துவராது என்று கூறி மறுத்துவிட்டான்.

19–23. இவ்வாறு சொல்லியதினால் ஒன்றும் தோன்றாது விழித்துக் கொண்டிருந்த சுமத்திரன் மூன்றாவது புத்திரனாகிய சுக்ரீவன், கிஷ்கிந்தையிலிருந்து வந்துவிட்டான் என்றும் பட்டணத்தின் மதில்சுவர்களை யணுகிவிட்டான் என்றும் கேள்விப்பட்டு, தனது மந்தரிசபையைக் கூட்டிக்கொண்டு அவனை எதிர் கொண்டழைக்கச் சென்றான்.

24–29 மழைக் காலமாதலால், குளிரைத் தாங்குவதற்காக நூறு குடங்களையும் காலி செய்து கொண்டுவந்த சுக்ரீவன் இவர்கள் எதிரே வருவதையும் அறியாது மாளிகை,

என்று குதிரைலாயத்தில் நுழைய யத்தனித்தான். சுமத்திரன் முதலியோர் எவ்வளவு எடுத்துச் சொல்லியும், தெரிந்து கொள்ளாததினால், அவனைப் பிடித்து இழுத்துக் கொண்டுவந்து சிம்மாசனத்தில் கட்டிவைத்துப் பட்டங் கட்டினார்கள்.

30-31. இந்த அவமானத்தைச் சகிக்க முடியாமல் சுமந்திரன் தனது மாளிகைக்குச் சென்றதும் இருதயம் வெடித்து இறந்து போனான். இவ்வளவையும் பார்த்த ஹனுமாருக்கு ஸ்ரீராமபிரானுடைய பட்டாபிஷேகம் அடிக்கடி ஞாபகத்திற்கு வந்ததினால் விபீஷணனிடம்கூடச் சொல்லிக் கொள்ளாமல் இரவோடிரவாகத் தென்திசை நோக்கிச் சென்றுவிட்டார்

2-வது ஆலோசனைச் சருக்கம்

நாரதர் சொல்லுகிறார் :

1. சுமந்திரனின் மகன் சுமந்திரபாலன் சுக்ரீவனுக்கு மந்திரியானான். தகப்பனைப்போல் அல்லவாயினும் அரசனுக்கு ஏற்ற மந்திரிதான்.

2-5. இளைய சுக்ரீவனும் தனது அரண்மனைத் தோட்டத்தில் மதுவனம் ஒன்று ஏற்படுத்தி, அதை விருத்தி செய்வதிலும், தான் கேட்டு எழுதிவந்த, ஓலைச்சுருளில் சொல்லிய பக்குவப்படி, மது தயாரிப்பதிலும், அதை எப்படிக் காலி செய்வது என்ற கவலையிலும், பொழுதைப் போக்கி வந்தான். இதில் ஸ்ரீராமபிரானின் பேரனாகிய, சுக்ரீவ மகாராஜன் தனது பாட்டனின் நண்பனும் தனது பெயரைத் தந்த வனுமாகிய கிஷ்கிந்தை மகாராஜனின் கீர்த்திக்குப் பங்கம் வராமல் நடந்துகொண்டான்.

6. அரண்மனைக் காரியங்கள் இப்படி இருக்க அரசாங்கக் காரியங்கள் எல்லாம் மந்திரியின் தலையில் விழுந்தது. கேட்டு நடத்த வசிஷ்டரும் இல்லை.

7-18. இக்கவலை நாளுக்குநாள் அதிகரிக்க, சுமந்திர பாலன் பழைய ஏடுகளிலும், பூஜையிலும் பொழுது போக்கும்

விபீஷணனிடம் சென்று ஆலோசனை கேட்கலாம் என்று பஜனை மடத்திற்குப் போனான். இவனைக் கண்ட விபீஷணன் பட்டம் கட்டிக்கொள்ளத்தான் தன்னை மறுபடியும் தொந்திரவுபடுத்த வருகிறார்களோ என்று பயந்து அந்தப் பக்கம் திரும்பாமல், மணிகளை ஓசையாகத் தட்டிக்கொண்டு ராம கதையைச் சத்தம் போட்டுப் பாடிகொண்டிருந்தான். சுமந்திரபாலன் எவ்வளவோ தொண்டையைக் கிழித்துக் கொண்டும் விபீஷணனுக்குக் கேட்கவே இல்லை. ஒரு மணி நேரம் இப்படி நடந்தது. சுமந்திரபாலனும் பூஜை முடியட்டும் என்று பேசாமல் காத்திருந்தான். இவனுடைய சப்தம் கேட்காமல் இருக்க அவன் போய் விட்டானா என்று மெதுவாகத் தலையைத் தூக்கித் திரும்பிப் பார்த்தான். உடனே திரும்பின தலையை, சுமந்திரபாலன் அப்படியே பிடித்துக் கொண்டு, "உங்களிடம் ஒரு ஆலோசனை கேட்க வந்தேன்" என "எனது பட்டாபிஷேகத்தைப் பற்றியா" என்று விபீஷணன் மறுபடியும் ஆத்திரத்துடன் கேட்க, சுமந்திரபாலன் "இல்லை" என்று சொன்னவுடன் பூஜை மணிகளைத் தூர வைத்துவிட்டு, அவனைப் பார்க்கத் திரும்பி உட்கார்ந்து கொண்டு, "என்ன விசேஷம்?" என்று கேட்டான்.

சுமந்திரபாலன் சொல்லுகிறான்:

19-23. "ராம பக்தியில் சிரேஷ்டரான விபீஷண ராஜனே! உனது சகோதரரான சுக்ரீவ மகாராஜனுக்கு நாட்டைக் கவனிக்கவே நேரமில்லை. எனது தகப்பனார் வசிஷ்டரிடம் பழகியதினால் காரியங்களைச் சரியாக நடத்தி வந்தார். இப்போது வசிஷ்டரும் இல்லை; என்ன செய்வது என்றும் தெரியவில்லை" என்று கூறி வருந்தினான்.

விபீஷணன் கூறுகிறான்:

24. "நீ அதற்கொன்றும் வருந்தவேண்டாம். அவனுக்கு மணம் முடித்துவிட்டால் எல்லாம் சரியாய்விடும்.

25. இவ்வாறு விபீஷணன் கூற சுமந்திரபாலன் சொல்லுவான்: "தாங்கள் கூறுவது மிகவும் சரியே. ஆனால் மணம் செய்த பின் இல்லற தர்மமும் நடத்தவேண்டிவரும் அவருக்கு அவகாசம் கிடைப்பது அருமை."

விபீஷணன் கூறுகிறார்:

26-33. "அப்படியாயின் நான் உனக்கு அரசாங்க நடவடிக்கையைப்பற்றி ஒரு சாஸ்திரம் எழுதித் தந்துவிடுகிறேன். நீ எனக்கு ஒன்று செய்யவேண்டும், அயோத்தியின் நடுவில் ஒரு பெரிய கோவிலாகக் கட்டி, அதில் நல்ல ராம விக்கிரகம் ஒன்று செய்து கொடுத்துவிடு. நான் அதில் எனது பூஜையைச் செய்கிறேன். எனது பாட்டனாரே என்னிடம் சொல்லி யிருக்கிறார், தான் அதிக நாள் உயிர்வாழ்ந்ததற்குக் காரணம், அவர் தனது சரிதத்தை அடிக்கடி எடுத்துப் பேசிக்கொண்டிருந்ததினால் என்று, அதனால் நான் நகரின் நடுவில் இருந்துகொண்டு பூஜை செய்தால் நாட்டிற்கும் அதன்பயன் உண்டாகும். இப்பொழுது இருக்கிற இந்தச் சிறிய இடம் அம்மாதிரி பூஜை செய்யப் போதாது."

34. இருவரும் ஆலோசித்தபடி நடந்தனர்.

35-41. விபீஷணன் செய்த பக்தி விசேஷத்தாலோ, அல்லது இவன் எழுதிய சாஸ்திரங்களைப் படித்த சுமந்திர பாலனின் புத்தி சாதுரியத்தாலோ நாட்டில் சுபிக்ஷம் உண்டாயிற்று, மந்திரி எதிர்பார்த்தபடி சுக்ரீவ மகாராஜனுக்கு அரசாங்கத்தைக் கவனிக்க நேரமே கிடைக்கவில்லை. இப்பொழுது விபீஷணனுக்குக் கோவில் பெரிதாகிவிட்டதினால், பூஜை நைவேத்தியங்களைத் தயாரிக்க ஒரு கன்னிகையை மணந்துகொண்டான். காலாகாலத்தில் ஐந்து புத்திரர்கள் பிறந்தார்கள். விபீஷணன், விபீஷணசேனன், விபீஷணபுத்ரன், விபீஷணாலி, விபீஷணப் பிரியன் என்று பெயரிட்டுத் தனது பூஜைத் தொழிலில் பழக்கிவந்தான்.

42-46. இப்பொழுது குகனுக்கும் மூன்று புத்திரர்கள் இருந்தார்கள். அவர்களுக்கு, குகப்பிரியன், குகபாலன் குகசேனன் என்று பெயர். வயலில் பயிர்செய்த தானியங்களை இங்கு கொண்டுவந்து சேர்க்கும்பொழுது தவிர மற்ற நேரங்களில் வருவதில்லை. இதற்காக இவர்களுக்கு நூற்றில் ஒரு பங்கு கொடுத்தார்கள். குகனுக்கு இப்பொழுது உதவிக்குப் புத்திரர்கள் இருப்பதால் மற்றவர்களின் நிலங்களையும் பயிர் செய்ய ஏற்றுக்கொண்டான்.

3-வது இலங்காபுரிச் சருக்கம்

நாரதர் சொல்லுகிறார்:

1-5. அயோத்தியின் காரியங்கள் இவ்வாறு இருக்க விபீஷணன் இலங்கையில் காலமாகி, அவனது புத்திரனான ராமன் சிறிதுகாலமாக அரசாண்டான். அவனுக்கு இளம் பிராயத்தில் ஒரு எலி கடித்திருந்ததினால் அடிக்கடி விஷ உபாதை இருந்துகொண்டே வந்தது. இதற்காக தன்வந்திரி பாலனின் உதவியை நாடி அயோத்திக்கு ஆள் அனுப்ப அவன் வருமுன் இறந்துபோனான்.

6-10. அவனது புத்திரன் ராமன், இரண்டாவது ராமன் என்று பெயரிட்டுக்கொண்டு பட்டத்திற்கு வந்தான். அவனுக்குத் தனது பாட்டனாரின்பேரில் அதிக அன்பு உண்டு ஆகையால் அவனது பெயரை நிலைநாட்டும் பொருட்டு 'விபீஷண யுக்தி' என்ற அர்த்தசாஸ்திரம் ஒன்று எழுதி, பாட்டனின் ஞாபகார்த்தமாக அயோத்திக்கு அனுப்பி வைத்தான்.

4-வது ஜன்மதினச் சருக்கம்

நாரதர் சொல்லுகிறார்:

1-5. அக்காலத்தில் அயோத்திற்கு வந்து சேர வெகு நாளாகுமாகையால், தூதர்கள் அங்கு வரும்பொழுது சுக்ரீவனுக்கு ஒரு ஆண்மகவு பிறந்த ஜன்மதினத் திருவிழாவாக இருந்தது. இதுவும் ஒரு விசேஷம்தான்

என்று நினைத்து. அரசனின் கொலுமண்டபத்திற்குச் சென்று சுக்ரீவராஜனையணுகி, தாங்கள் கொண்டுவந்த புத்தகத்தைச் சமர்ப்பித்து அடிபணிந்தார்கள்.

6–12. தனது ஏகபுத்திரனாகிய பட்டத்திளவரசனின் பிறந்ததினமாகையால், வழக்கத்தைவிட இன்று அதிகமாக மது சேவை செய்து, சிங்காதனத்தில் உட்கார்ந்திருந்த சுக்ரீவன், புத்தகத்தைச் சுமந்திர பாலனிடம் கொடுத்துவிட்டு, பக்கத்திலிருந்த மதுக் குடங்களைக் காட்டி, எனது அன்பைக் கொண்டு கொடுங்கள்" என்று சொல்லி, சிங்காதனத்தில் சாய்ந்துவிட்டான். தூதர்களும், இது அயோத்தியின் நாகரிக வேறுபாடுகள் என்று நினைத்து மதுக் குடங்களுடன் இலங்கைக்குத் திரும்பினார்கள்.

13–15. சுமந்திரபாலனும், கிரந்தத்தை மேலாகப் பார்த்து, அது பகைவர் வந்தவுடன் நடத்தவேண்டிய யுக்திகளாக இருந்ததால், இப்பொழுது அதைப்பற்றிக் கவலை இல்லை என்று அரசாங்கப் புத்தகசாலையில் வைத்துப் பூட்டினான்.

*5–வது முசலிவாஹனச் சருக்கம்

நாரதர் சொல்லுகிறார் :

காலசக்கரமும் சுழன்றுகொண்டே வத்தது. புருஷனான சுக்ரீவ மகாராஜனும், தான் விருத்தாப்பியம் அடைவதைக் கவனித்து, இளவரசனுக்குப் பட்டம் கட்டுவதையும் மறந்து, மதுக்குட ஆராதனையை நடத்திவந்தான். இப்பொழுது மற்றொரு ஆண்குழந்தையும் பிறந்து, ஆறு வருடமாகிறது.

*மொழிபெயர்ப்பு ஆசிரியர் குறிப்பு:- இனி வரும் சருக்கங்கள் எல்லாம் மிகவும் சிதைந்தும், ஸ்லோக எண்கள்கூட இல்லாமல், வசனம்மாதிரி நெருக்கி எழுதப்பட்டும் இருப்பதால் அதன் வசன மொழிபெயர்ப்பை மாத்திரம் பொதுவாக, எவ்வளவு மூலத்தைத் தமிழ்ப்படுத்த முடியுமோ அவ்வளவாகப் பொருள் சிதையாமல் எழுதப்படும்.

இப்படி இருக்கையில், சண்டமாருதம்போல் திடீரென்று இமயமலை மேற்குக் கணவாய்களின் வழியாகக் காந்தார

தேசத்து அரசன், படையெடுத்துவந்து அயோத்தியை முற்றுகை இட்டான். எதிர்பாராதவிதமாகப் பகைவர்கள் வந்ததினாலும், இலங்கையிலிருந்து வந்த அர்த்தசாஸ்திரத்தைப் படிக்கப் போதிய அவகாசமில்லாததினாலும், சுமந்திரபாலன், சுக்ரீவ மகாராஜனையும், அவன் இரு புத்திரர்களான இளவரசர்களையும் கூட்டிக்கொண்டு, அயோத்தியின் வேறொரு புறத்திலிருந்த மாளிகையில் ஓடி ஒளிந்துகொண்டான். அப்பொழுதுகூட சுக்ரீவ மகாராஜன் தனது மதுக்குடங்களை மறக்கவில்லை.

பகையரசனான முசலிவாஹனன், அயோத்தியின் கோட்டைக் கதவுகளைத் தகர்த்துக்கொண்டு, வீராவேசத்துடன் அரச மாளிகையில் புகுந்தான். உள்ளே சென்று பார்க்கையில் பக்ஷிகள் பறந்துவிட்டன என்று கண்டு, காலியாயிருந்த சிங்காதனத்தில் ஏறி உட்கார்ந்துகொண்டான்.

பிறகு தனக்கே வரிப்பணம் முதலியவற்றைக் கொடுக்க வேண்டும் என்று முரசு அறைவிக்க, குகன் தனக்கு சுக்ரீவனிடம் இருந்த இரத்தக்கலப்பை எண்ணி, கொடுக்க மறுத்து விட்டான். இதனால் முசலிவாஹனனுக்கு மிகுந்த கோபம் பொங்கி, அயோத்தி நகர் வாசிகளுக்குத் தனது பலத்தைக் காண்பித்து பயமுறுத்துமாறு, வாளும் கையுமாக குகன் இருப்பிடத்தைத் தேடிக்கொண்டு ஓடினான். இதை எப்படியோ அறிந்த விருத்தாப்பியனான குகனும் அவன் புத்திரர்களும், ராம விக்கிரகத்தைக் கண்டு அடிபணிந்தாலாவது சற்று வீரம் வராதா என்று நினைத்து, கோயிலை நோக்கி ஓடினார்கள். இவர்கள் கோவிலுக்குள் நுழைய யத்தனிக்கையில். குகனது சகோதரனாகிய விபீஷணன் வெளியே வந்து. கோவிலை அசுத்தப்படுத்தாமல் வாசற்படிக்கு வெளிலேயே நின்று கும்பிடும்படி சொன்னான். சகோதர வாஞ்சை விபீஷணனுக்கு இல்லை என்று சொல்லமுடியாது; ஆனால் அளவு கடந்த ராமபக்தி அவனை அவ்வாறு செய்யும்படி தூண்டியது.

குகன் கோவிலை நோக்கி ஓடினான் என்ற செய்தியைக் கேட்ட முசலிவாஹனன், கோவிலையும் இடித்துவிடுகிறேன்

என்று கங்கணம் கட்டிக்கொண்டு தூரத்தில் வருவதைக் கண்ட குகர்கள், உயிர்மேலிருந்த ஆசையால் கோவிலில் ஒளிந்துகொள்ள நெருங்கினார்கள். இதைக் கண்ட விபீஷணனது புத்திரர்கள், பூஜை மணியாலும், நைவேத்தியம் எடுக்கும் கரண்டிகளாலும், அடித்து குகர்களைத் துரத்தவாரம்பித்தனர். பகைவர்கள் நெருங்குவதைக் கண்ட குகர்கள் இனி இங்கிருந்தால் ஆபத்து என்று எண்ணி, ஓட ஆரம்பித்தனர். விருத்தாப்பியனாகிய குகனும், அவனது கடைசிப் புத்திரனான குகசேனனும் வேகமாக ஓட முடியாமல் அகப்பட்டுக் கொண்டார்கள். வந்த வேகத்தில், குகனை, முசலிவாஹனன் தன் வாளுக்கு இரையாக்கினான். குகசேனன் இளம்பருவத்திலேயே கட்டமைந்த தேகமுடையவனாகையால், அவனைத் தன் மதத்தில் சேர்த்துத் தனக்கு அடிமையாக்கிக் கொள்ளலாம் என்று நினைத்து, அவனைச் சிறை செய்துவிட்டு, கோவிலின் பக்கம் திரும்பி, அதனுள் போக யத்தனித்தான். ராம பக்தி மேலிட்ட, விபீஷணன் மிகவும் பயந்து இவனைத் தடுக்க யத்தனிக்க, முசலிவாஹனனது வாளுக்கு இரையானான், இதைக் கண்ட விபீஷண புத்திரர்கள், ராம விக்கிரகத்தை எடுத்துக்கொண்டு கோவிலின் பின்பக்கமாக ஓடிப்போனார்கள். உள் சென்று பார்க்கையில் ஒன்றும் காணாதது கண்டு, கோவிலை இடித்துச் சிதைத்துவிட்டு மாளிகைக்கு வந்தான்.

குகன் செய்த குற்றத்திற்காக அவன் மற்ற இரு புத்திரர்களும் அயோத்தியின் மதில்களுக்குப் புறம்பாக வசிக்கவேண்டும் என்று ஆக்ஞை இட்டு, அவர்கள் முன்னிலும் இரு மடங்கு தானியங்கள் கொடுக்கவேண்டும் என்றும் திட்டப்படுத்தினான். இதனால் குக புத்திரர்களுக்கு இம்மையில் அடிமைத்தனமும், மறுமையில் விபீஷண புத்திரர்கள் கருணை கூர்ந்து அளித்த நரகமும் கிடைத்தது. விபீஷண புத்திரர்கள் இன்னும் ராம விக்கிரகத்தை வைத்திருப்பதையறிந்து, அதற்காக 100 பொன் கொடுக்கவேண்டுமென்றும் இல்லாவிடில் தன் மதத்தில் சேரவேண்டும் என்றும் திட்டப்படுத்தினான். சில விபீஷண புத்திரர்கள் வெளியில் முசலிவாஹனன். மத்தில் சேர்ந்தவர்போல் பாவனை காட்டி வரிக்குத் தப்பித்தார்கள். சிலர் ராம விக்கிரகத்தின் பக்திமேலீட்டால், மதம் மாற்றாமல்

முந்தித் தங்களுக்கு வந்த நைவேத்திய வரும்படியில் இருந்து தங்கள் வரியைச் செலுத்தினார்கள். இம்மாதிரி துர்அதிர்ஷ்டம் குக புத்திரர்களாலேயே தங்களுக்கு வந்தது என்று எண்ணி, அவர்கள் மதில் புறத்திற்கு வெளியில் இருப்பதைப் பற்றிச் சந்தோஷப்பட்டார்கள்.

முசலிவாஹனன், தான் சிறைபிடித்த குகசேனனைத் தனது மதத்திற்கு மாற்றி மல்லிவாஹனன் என்ற பெயர் கொடுத்து, வரிகளை வசூலிக்கும் வேலையில் நியமித்தான். தகப்பனுக்கு நேர்ந்த கதி தனக்கும் நேராமலிருக்கும்படி தனக்குக் கொடுத்த வேலையை, குகசேனன் அதிக நம்பிக்கையாகச் செய்ததினால், தனக்குப்பின் பட்டத்தை அவனுக்குத் தான் கொடுக்கப்போவதாக முசலிவாஹனன் அடிக்கடி சொல்லுவதுண்டு.

இம்மாதிரி சம்பவங்கள் அரச மாளிகையில் நடந்து கொண்டிருக்கும்பொழுது. எதிர்பாராது வந்த விபத்துக்களினால் சுமந்திரபாலன் இறந்துபோனான். சுக்ரீவன் இக்கவலைகளை மறக்கத் தனது மூத்த புத்திரனாகிய பட்டத்திளவரசனையும் மதுக்குட ஆராதனையில் பழக்கிவிட்டான். இவனது இரண்டாவது புத்திரனாகிய அங்கதசேனன் வாக்கு சாதுரிய முள்ளவனாகையால், புதிதாக வந்த பகைவருடன் நைச்சியமாகப் பேசி அவர்கள் தயவைச் சம்பாதித்துக்கொண்டு அங்கு சிப்பாயாகத் திகழ்ந்தான்.

இப்படியிருக்க ஒருநாள் இரவு திடீரென்று முசலிவாஹனனும், மல்லிவாஹனனும் கொல்லப்பட்டார்கள். மறுநாள் காலை காந்தார மன்னனின் புதல்வனாகிய பப்பரசேனன் பட்டத்திற்கு வந்தான்.

இவன் தன் தந்தையைவிடச் சற்று நற்குணமுள்ளவன் ஆகையால், வரிகளை முந்திய நிலைமைக்குக் குறைத்தான். பப்பரசேனனுக்கு நாட்டை அமைதியாக ஆளவேண்டும் என்று ஆசையிருந்ததால், உள்நாட்டிலும் பந்துக்களை உண்டாக்கித் தனது அரசாங்கத்தைப் பலப்படுத்தவேண்டும் என்று எண்ணினான். இதற்காகப் பழைய ராஜவம்சத்தைச் சேர்ந்த சுக்ரீவனின் இரண்டாவது புத்திரனான அங்கத பாலனை மந்திரியாக்கி, தனக்கு ஏற்கனவே ஒரு மனைவியும்

புத்திரனும் இருந்தும், அங்கதபாலனது மனைவியின் தங்கையை மணந்துகொண்டான். இதில் சுக்ரீவ வம்சத்திற்கும், விபீஷண வம்சத்திற்கும் வருத்தமாயினும் எதிர்த்து ஒன்றும் முடியவில்லை. வரிவஜா செய்ததற்காக, இவனைக் காப்பாற்றும்படி ராம விக்கிரகத்திற்கு விபீஷண புத்திரர் பூஜை செய்ததும் உண்டு:

இப்படி இருக்கையிலே ஒருநாள் பப்பரசேனனும் அவன் மனைவியும், அங்கதபாலனும் அவன் மனைவியும் கொல்லப் பட்டனர். பப்பரசேனனின் மூத்த தாரத்தின் புத்திரனாகிய அஹங்காரசேனன் பட்டத்திற்கு வந்தான். தனது பாட்டனின் குணமுள்ளவனாகையால், வரிகளை முன்போல் அதிகமாக்கி, இடிந்த ராமர் கோவிலின் கற்களைக்கொண்டு தன் சொந்த மதக் கோவில் ஒன்று கட்டினான். சுக்ரீவனையும் நூறு குடம் மது தவணையாகச் செலுத்தும்படி கட்டளை இட்டான். அயோத்தி மக்கள், சுக்ரீவன் உள்பட எல்லோரும் தவித் தன்ர்.

6–வது பரதச் சருக்கம்

நாரதர் சொல்லுகிறார்:

லவமகாராஜனின் கனிஷ்ட புத்திரனாகிய பரதன் ஸ்ரீராமபிரான் வீரச் செயல்கள் புரிந்த க்ஷேத்திரங்களைத் தரிசிக்கச் சென்றிருந்ததாகக் கூறினோம் அல்லவா? அவன் தனது யாத்திரையை முடித்துக்கொண்டு விருத்தாப்பிய திசையில்தான் திரும்ப முடிந்தது. ஆனால் இவ்வளவு காலமும் பல இடங்களில் அலைந்து பல சீதோஷ்ண நிலைக்கு உட்பட்டு வந்ததால் சற்று உடல் வலிமை பொருந்தி விளங்கினான். அவன் நந்திக் கிராமத்தின் பக்கம் வந்ததும் அயோத்தியில் நடந்த காரியங்களைக் கேட்டு வருந்தி, அங்கிருந்தே, சேனைகளைத் திரட்ட ஆரம்பித்தான், பரதன் வந்த செய்தியை அறிந்த விபீஷண புத்திரர், இரவோடிரவாக, சுக்ரீவனையும் அவனது உயிருடன் இருந்த மூத்த மகனையும் கூட்டிக்கொண்டு நந்திக் கிராமத்திற்கு வந்து சேர்ந்தார்கள்.

அதற்குள் பரதனும் தனது சேனையைத் திரட்டிவிட மறுநாள் எல்லோருமாக அயோத்தியை அடைந்து முற்றுகை

யிட்டார்கள், அஹங்காரசேனனும் எதிர்த்து வந்து போர் புரிந்தான். முதலிலேயே சுக்ரீவன் கொல்லப்பட்டான். ஆனால் பரதனுடைய போர்த்திறம் அதிகமாக இருந்ததால் அன்று அவர்களுக்கு வெற்றி கிடைத்தது. அஹங்காரசேனன் யுத்தத்தில் சண்டை செய்துகொண்டே இறந்தான். அவனது போர்வீரர்கள் ஓடிப்போனார்கள். இந்தச் செய்தியைக் கேட்ட முன்பு சுக்ரீவன் அனுப்பிய மதுக் குடங்களை ருசி கண்ட அஹங்காரசேனனுடைய புத்திரனான ஆலசேனன், அரண்மனையை விட்டு ஓடிப்போய் வேறொரு மாளிகையில் ஒளிந்துகொண்டான்.

இவ்வாறு காந்தார தேசத்திலிருந்து வந்த பகையரசர்களின் ஆட்சி முடிவு பெற்றது.

வெற்றி வீரனான பரதன் மூதாதையான ஸ்ரீராமபிரான் அரசு செலுத்தியதும், சற்று முன்பு வரை அன்னியர் கைவசம் இருந்ததுமான அரச மாளிகைக்குட் சென்றான். அங்கு சென்று சுக்ரீவனுடைய புத்திரனுக்கு முடிசூட்ட எத்தனிக்க. அவன் அரசுரிமை வெற்றி வீரனுக்கே தகுந்ததென்று மறுத்தான், விபீஷண புத்திரர்களும் அவன் சொன்னதை ஆமோதித்தனர். வேறு வழி இல்லாமையால் பரதனும் இணங்கினான். சுக்ரீவனுடைய புத்திரன், தந்தை கொஞ்ச காலம் மறைந்து வசித்த மாளிகையில் தந்தையின் காலடியைப் பின்பற்றி அவர் கீர்த்திக்குப் பங்கம் வராமல் நடந்துகொண்டான்.

பரதன் பட்டத்திற்கு வந்த உடனே விபீஷண புத்திரர்களில் மூத்தவனுக்கு ராமபூஜையில் நோக்கமிருப்பது கண்டு பழைய கோவிலைப் புதுப்பித்துக் கொடுத்தான். அவனும் தனது மனைவியுடன் பூஜைத் தொழிலை மும்முரமாக நடத்தி வந்தான். அவனுக்கு இருபத்தேழு புத்திரர்கள் பிறந்தார்கள்.

மற்ற சகோதரர்கள் பரதனுக்கு மந்திரியானார்கள். மாதிரிக் கஷ்டங்களுக்கெல்லாம் குக வம்சத்தாரின் ராம அபசாரமே காரணம் என்று அடிக்கடி கூறிக்கொண்டிருந்ததினால் இவர்களுக்கு எதிராக விருத்தாப்பியனான பரதனுக்குத் தனது சகோதர புத்திரர்களுக்கு வரிகளைக் குறைப்பது தவிர, வேறு ஒன்றும் செய்யமுடியவில்லை, காற்றோட்டமான

புதுமைப்பித்தன் ➤ 35

மதிற் புறத்திலிருந்ததினாலோ அல்லது தனது அடிமை வம்சத்தைப் பெருக்கவேண்டு என்ற ஆசையினாலோ குக புத்திரர் வம்சத்தை ஏகமாகப் பெருக்கிவிட்டார்கள்.

மகாராஜனுக்குப் பட்டமகிஷி இல்லாமலிருப்பது நாட்டிற்கு நல்லதில்லை என்று விபீஷண புத்திரர்கள் பரதனைக் கட்டாயப்படுத்தி மணம் செய்விக்க, அவனும் ஒரு புத்திரன் பிறந்த மறுவருஷத்தில் இறந்து போனான்.

பரதன் இறந்தவுடன், விபீஷண மந்திரிகள், எங்கு ஆலசேனன் படையெடுத்து விடுகிறானோ என்று பயந்து இரண்டாவது சுக்ரீவனைக் கட்டாயப்படுத்திப் பட்டம் கட்டினார்கள். இவர்கள் எதிர்பார்த்தபடி ஆலசேனன் ஒன்றும் செய்யாததினால், இவனது குணங்களைக் கண்ட விபீஷண மந்திரிகள், மூத்த சுக்ரீவன் காலத்தில் நடந்த மாதிரி மறுபடியும் நடக்காதிருக்க, இவனைப் பழைய மாளிகை வாசத்திற்கு அனுப்பிவிட்டு, அயோத்தியை நான்கு பாகங்களாகப் பிரித்து, ஆளுக்கு ஒரு பாகத்தில் ஆண்டுவந்தார்கள். இதனால் இரண்டாவது சுக்ரீவனும் ஆலசேனனும் இரண்டு மாளிகைகளில் மது ஆராதனை நடத்தி வந்தார்கள்.

இவ்வாறு இருக்கையில், ஒரு நாள் விபீஷண மந்திரிகளின் மூத்த சகோதரன் நைவேத்தியங்களை இவர்களுக்குக் கொடுக்க வந்தபொழுது, நல்ல கிரந்தங்கள் இருக்கிறதா என்று அரசாங்கப் புத்தகசாலையைக் கவனித்தான். அதி லிருந்து சில பிரதிகளை எடுத்துச் சென்றான். அத்துடன் செல்லரித்த விபீஷண யுக்தியும் சென்றது,

7–வது தனவைசியச் சருக்கம்

நாரதர் சொல்லுகிறார்:

இப்பூவுலகில் சிரேஷ்டமான இந்த ஜம்புத் தீபத்தின் மேற்கே, சப்த சமுத்திரங்களுக்கு அப்பால் வெள்ளிமாதீவகம் என்ற ஒரு பிரதேசம் இருக்கிறது. அந்தத் தீவிலிருந்து

உலகத்திலுள்ள அற்புதங்களையும் அதில் மிகவும் சீலமான தபோதனர்களும் முனிசிரேஷ்டர்களும் வசிக்கும் நமது பரதகண்டத்தையும் பார்த்து வரும்படி புறப்பட்டு, ஒரு பெரியார் பப்பரசேனன் காலத்திலே, அயோத்தி நகருக்கு வந்து சேர்ந்தார். நகரத்தின் செல்வப் பெருக்கையும் அந்நகரவாசிகள் மிகவும் அற்புதமாகப் பட்சணம் செய்யும் திறமையும் கண்டு, உளம் பூரித்துப் பட்சணங்களில் சிலவற்றை வாங்கிக் கொண்டு தனது ஜன்ம தேசத்திற்குத் திரும்பினார். அங்கு சென்று தனது ராஜ்யத்தின் அரசனிடன் கொண்டு போய்க் கொடுக்க, அதன் அற்புதமான ருசியைக் கண்ட மகாராணி யார் அதை இன்னும் அதிகமாகக் கொண்டு வருமாறு பிணங்கினாள். ராஜசபையில் இருந்த *போவன்னா. ரான. கல்லப்ப செட்டியார் என்னும் தனவைசியர் தான் வியாபாரம் தொடங்கி அந்த அற்புதப் பட்சணங்களை இராஜதானிக்கு ஏற்றுமதி செய்வதாக உறுதி கூறினார். அப்பொழுது ராஜ சபைக்கு வந்த வெள்ளிமாதீவகத்தின் மதத் தலைவர் செட்டியாரை அவரது ராஜபக்திக்கு வியந்து ஆசீர்வதித்து அனுப்பினார்.

இதன் பக்கத்திலுள்ள மற்ற ராஜ்யங்களிலும் இந்த அற்புதப் பட்சணச் செய்தி பரவ அந்த அந்த நாட்டு அரசிகளும் பிணங்கினார்கள். இதனால் அந்தவூர்களிலிருந்து தானா. சுப்பு செட்டியாரும், பானா. ரஞ்சித செட்டியாரும், காளையப்ப செட்டியாரும் தங்கள் அரசர்களிடம் விடை பெற்றுக்கொண்டு புறப்பட்டனர்,

கல்லப்ப செட்டியார், அயோத்தியின் ஆவண வீதியில் கடை திறந்த கொஞ்ச நாட்களில் மற்றவர்களும் இவருக்குப் போட்டியாகக் கடை திறந்தார்கள். பட்சண வியாபாரத்தில் அடிக்கடி பொறாமையும், கலகமும் ஏற்படுவதைக் கண்டு ஒவ்வொருவரும் சில முரட்டுத் தடியர்களான கையாட்களை

---

* ஸ்லோகங்களில் வரும் பெயர்கள் தமிழ்நாட்டுப் பெயராகத் தோன்றுகின்றமையால், கடலால் கொள்ளப்பட்ட குமரிகண்டத்துப் பண்டைத் தமிழ் வைசியர்களாக இருக்கலாம் என்ற சந்தேகம் எழுகிறது. சுவிதையின் எதுகை மோனைக்காகவோ, தப்பிதமாகவோ (ஒருவேளை மேற்கு என்றால் தெற்கு என்ற அர்த்தமும் இருந்திருக்கலாம்) இம்மாதிரித் தவறி வந்திருக்கிறது. ஆராய்ச்சியாளர் அவசியமாகக் கவனிக்க வேண்டிய இடம்.

- மொ. பெ. ஆ.

வைத்து நடத்திப் பார்த்தார்கள். போட்டியிருக்கும் பொழுது கலகம் எப்படி நிற்கும்? கல்லப்ப செட்டியாருக்கு ஒரு யோஜனை தோன்றியது. அயோத்தி நகரவாசிகளைத் தம் மதத்தில் சேர்த்துக் கொண்டால், தமக்கு வியாபாரம் ஏகமாக வந்துவிடும் என்று நினைத்தார். இவர்கள் யாவரும் பொதுவாக ஒரே மதத்தவர்கள் ஆனாலும், அதில் உள்ள உட்பிரிவுகள் ஒவ்வொன்றையும் ஒவ்வொரு ஊர் செட்டியாரும் தழுவியிருந்தார். இதனால்தான் கல்லப்ப செட்டியாருக்கு இந்த யோசனை தோன்றக் காரணம். உடனே தனது ராஜ்யத்திலிருந்து ஒரு குருக்களைத் தருவித்து, அதற்கு வேண்டிய ஏற்பாடுகளைச் செய்யவாரம்பித்தார். மற்ற மூவரும் அந்த மாதிரியே தங்களூரில் இருந்து குருக்களைத் தருவித்துத் தங்கள் தங்கள் மதத்திற்கும் ஜனங்களைச் சேர்க்க ஆரம்பித்தனர். கல்லப்ப செட்டியின் குருக்களும், சுப்பு செட்டியின் குருக்களும், ரஞ்சித செட்டியின் குருக்களும் ஒரே மத உட்பிரிவைச் சேர்ந்தவர்கள். ஆனாலும் மூவரும் தனிதனி ராஜ்யக்காரர்கள் ஆகையால், அவர்களுக்குள்ளும் போட்டி ஏற்பட்டது. அயோத்தியின் சிறந்த வம்சமான, விபீஷணர் களையும், சுக்ரீவர்களையும் தங்கள் தங்கள் மதத்தில் சேரும்படி துன்புறுத்தவாரம்பித்தனர், இதனால் வியாபாரம் தடைபட்டுவிடும் போல் இருந்தது. ஆனால் காளையப்ப செட்டியாரோ, வாயில்லாப் பூச்சிகளாக மதிலுக்கு வெளியேயிருக்கும் குகவம்சத்தினரைத் தங்கள் மதத்தில் சேர்த்துக் கொண்டு தங்கள் பட்சண வியாபாரத்தில் மாத்திரம் கண்ணும் கருத்துமாக இருந்தனர். இதைக் கண்ட ரஞ்சித செட்டியார், வியாபாரத்திற்கும் கடவுளுக்கும் ஒத்துவராது என்று கண்டு, தமது குருக்களை அந்த வேலையிலிருந்தும் நிறுத்தி, வீட்டுப் பூஜைக் காரியங்களைக் கவனிக்கும்படி திட்டம் செய்தார். கல்லப்ப செட்டியாரும், சுப்பு செட்டியாரும் முன்பின் யோசியாது மதப் பிரசாரத்தில் ஈடுபட்டதினால் பெருத்த நஷ்டத்துடன் கடைகளைப் பூட்டிக்கொண்டு ஓட வேண்டியதாயிற்று.

மிஞ்சியிருந்த காளையப்ப செட்டியாரும், ரஞ்சித செட்டியாரும், வியாபாரங்களை முரட்டுத் தடியர்களின் உதவியால் நடத்தி வந்தனர். கலகம் நின்றபாடில்லை.

இவர்களது பட்சண வியாபாரத்தால் பட்சணங்களின் விலை அதிகமாயிற்று. அயோத்தி நகரவாசிகள் தங்கள் தேவைக்கு மேல் பட்சணம் செய்யவாரம்பித்தனர். ஏழைகளுக்கு உணவுக்கும் பட்சணம் கிடைக்கக்கூடாதபடி விலையதிக மாயிற்று. தான்யங்கள் பட்சணம் செய்ய இப்பொழுது அதிகமாக வேண்டியிருந்ததினால் குக வம்சத்தாரை அதிகமாக வேலை வாங்கினார்கள். குக வம்சத்தாரில் சிலர் காளையப்ப செட்டியாரின் மதத்தில் சேர்ந்ததினால், விபீஷண சுக்ரீவ வம்சத்தினரும் அயோத்தி நகரவாசிகளும் அவர்களைத் துன்புறுத்த ஆரம்பித்தனர். இந்தச் சமயத்தில்தான் விபீஷண மந்திரிகள் அயோத்தியை நான்கு பாகங்களாகப் பிரித்து ஆள ஆரம்பித்தது.

காளையப்ப செட்டியாரைத் தொலைப்பதற்கு வழியென்னவென்று ரஞ்சித செட்டியார் இரவு பகலாக ஆலோசித்துக் கொண்டிருந்தார். இவருக்கு ஒரு யோஜனை தோன்றிற்று. விபீஷண மந்திரிகளுக்குள் பேராசையை மூட்டி ஒருவர் மேல் ஒருவர் பொறாமைப்படும்படி செய்து கலகம் மூட்டி அவர்களைத் தொலைத்துவிட்டால், அயோத்தி தன் வசம் வந்துவிடும் என்றும், அதனால் காளையப்ப செட்டியாரை ஓட்டிவிடுவதும் அல்லாமல் தனது வியாபாரத்தையும் பெருக்கிக்கொள்ளலாம் என்றும் நினைத்து, ஒவ்வொரு நாள் இரவிலும் இரகசியமாகச் சென்று தனது யுக்தியைக் காரியத்தில் செய்து வந்தார்.

இதை எப்படியோ காளையப்ப செட்டியாரின் கையாள் ஒருவன் கண்டு வந்து அவரிடம் சொன்னான். அந்த வர்த்தகத்தில் கைதேர்ந்த கெட்டிக்காரர் ஆனதினாலும், முக்கியமாக வியாபாரத்தைக் கவனித்து வந்ததினாலும், கையிருப்பு ஏராளமாக இருந்தது. இனி சும்மா இருக்கக்கூடாது என்று எண்ணி, அவனிடம் ஏராளமாகப் பணம் கொடுத்து அயோத்தியில் உள்ள தடியர்களில் சிலரைக் கைவசம் செய்யும்படி அனுப்பிவிட்டு, தானும் ஒரு அரசனைக் கைவசம் வைத்திருக்க வேண்டும் என்று நினைத்து, பப்பரசேனனின் பேரனாகிய குடிகார ஆலசேனனுடைய மாளிகைக்குச் சென்றார். குடி மயக்கத்திலிருந்த ஆலசேனனைப் பார்த்து, "அரசிளங்குமரனே! உன்னை இந்த அயோத்திமா நகருக்கு

அரசனாக்கிவிடுகிறேன். நீ எனக்கு மட்டும் இந்த நகரத்தின் பட்சண வியாபாரம் முழுவதையும் தந்துவிடு" என்று கேட்டார். அதற்கு ஆலசேனன் சொல்வான், "எனக்குப் பட்டமும் வேண்டாம், அதற்காக யுத்தமும் வேண்டாம். சண்டை என்றாலே எனக்குப் பயமாக இருக்கிறது. எனது தகப்பனார் சண்டையில்தான் இறந்துபோனார். அந்தத் துயரத்தை மறக்கத்தான் நான் இப்பொழுது குடித்துக் கொண்டிருக்கிறேன்" என்று சொல்லி ஒரு கிண்ணம் மதுவை உள்ளே தள்ளினான். இவன் கோழை என்று கண்ட செட்டியார் கடகடவென்று நகைத்து, "இனி மகா ராஜாவாகும் இளவரசரே, நீர் அதற்குப் பயப்பட வேண்டாம். இந்த மாளிகையை விட்டுக்கூட வெளியே வரவேண்டிய தில்லை. எதற்கும் உம்மைத்தான் நம்பி இருக்கிறேன்" என்று ஆணை வாங்கிக்கொண்டு செட்டியார் திரும்பி வந்து வேண்டிய காரியங்களைத் தயாரித்தார்.

8–வது யுத்தச் சருக்கம்

நாரதர் சொல்லுகிறார்:

இவ்வாறு செட்டியார் இருவரும் ஒருவர் மற்றொருவரைத் தொலைக்க யுக்திசெய்து அலைந்து கொண்டிருக்கையில், விபீஷண புத்திரரான நான்கு மந்திரிகளும் ஒருநாள் இரவு கூடி ஆலோசிக்க ஆரம்பித்தனர். இப்படி இவர்கள் கூடி யிருந்த போதிலும், ரஞ்சித செட்டியார் கொடுத்த விஷம் நன்றாக வேர் ஊன்றிவிட்டதாகையால் அந்தரங்கத்தில் ஒருவரை ஒருவர் தொலைத்துவிட்டு அயோத்தியை ஏகபோகமாக ஆள ஆசைப்பட்டனர். ஆனால் இந்த இரு செட்டியார்களையும் ஊரைவிட்டு விரட்டினால்தான் நாட்டிற்கு க்ஷேமம் ஏற்படும் என்று கருதி, போர் ஏற்படும் பொழுது, ரஞ்சித செட்டியாரின் படையை முதலில் நிறுத்தி, அவனுக்கு உதவிக்குப் போகாமல் அவனைக் காளையப்ப செட்டியின் கத்திக்கு இரையாக்கிவிட்டுப் பிறகு காளையப்ப செட்டியாரையும் துரத்திவிட வேண்டுமென்று தீர்மானம் செய்தார்கள்.

யுத்தமும் ஆரம்பமாயிற்று. விபீஷண மந்திரிகள் உதவிக்கு வருவார்கள் என்ற தைரியத்தில் ரஞ்சித செட்டியும் அவனது ஆட்களும் காளையப்ப செட்டியின் கடையைத் தாக்கினார்கள். தயாராக ஒளிந்து இருந்த காளையப்ப செட்டியின் ஆட்கள் அவர்களைத் தாக்கித் தோற்கடித்தனர். உதவிக்கு வராத விபீஷண மந்திரிகள் இருந்த திக்கை நோக்கி ரஞ்சித செட்டியார் ஓட ஆரம்பித்தார். காளையப் செட்டியார் தனது ஆட்களை இரண்டு பிரிவாகப் பிரித்து ஒரு பகுதியைத் தன் மகன் வசம், ரஞ்சித செட்டியைக் கடற்கரைப் பக்கம் துரத்தி விட்டு அங்கு இருந்த விபீஷண மந்திரிகளையும் கொலை செய்து விடும்படி அனுப்பிவிட்டு மற்றப் பகுதியைத் தன் வசம் அழைத்துக் கொண்டுபோய் மீதியான இரு விபீஷண மந்திரிகளைத் தனித்தனியாகக் கொன்றுவிட்டுத் திரும்பினார். அவருடைய மகனும் அவர் எதிர்பார்த்தபடி காரியத்தை நிறைவேற்றி வந்தான். கீர்த்தி வாய்ந்த ரகுவம்சத்தில் பிறந்த லவ மகா ராஜனின் பேரர்களாகிய விபீஷண மந்திரிகள், தங்கள் பேராசையாலும் ஒற்றுமைக் குறைவாலும், அகால மரணமடைந்து அன்னியன் கத்திக்கு இரையானார்கள். மந்திரிகளின் ராஜ்யம் இவ்வாறு முடிவடைந்தது. லவ மகாராஜனின் சந்ததியில் பூஜை விபீஷண வம்சத்தைத் தவிர மற்றவர்கள் எல்லாம் நாசமடைந்தனர்.

9-வது ஆலசேனச் சருக்கம்

நாரதர் சொல்லுகிறார்:

காளையப்ப செட்டியார் தனது வாக்குத்தத்தத்தின்படி ஆலசேனனுக்கு முடிசூட்டி அவனை ஒரு பொம்மை அரசனாக்கி அயோத்தியின் பட்சண வியாபாரத்தின் ஏகபோக உரிமையைக் கைவசம் ஆக்கிக்கொண்டார். மேலும் இந்த ஆலசேனனுக்காகச் செய்த யுத்தத்தின் செலவுக்கு என்று வருஷத்தில் ஈராயிரம் பொன் வரியில் வசூலித்துக்கொண்டு, அதில் பாக்கி ஆயிரம் பொன்னுக்கு நூற்றுக்கு நூற்றி ஐந்து வீதம் வட்டி போட்டுக் கணக்கு எழுதிக்கொண்டு வந்தார். ஆலசேனனும் தன் நன்றியறிதலைக் காட்ட, கூட இருநூறு பவுன் கொடுத்துவந்தான். தமது மதத்தின் கோவில் ஒன்று

கட்டி, அதில் குக வம்சத்திலிருந்து முன்பு இவர் மதத்தில் சேர்ந்த ஒருவனைக் குருக்களாக்கி அவன் உதவிக்காகத் தனது சொந்த ராஜ்யமாகிய வெள்ளையூரிலிருந்தும் ஆலசேனனிடம் இருந்தும் பணம் வாங்கிவந்தார். இதனால் ஏற்கனவே கஷ்டப்பட்டுக்கொண்டிருந்த ஆலசேனனுடைய குடிகள் மிகவும் கஷ்டப்பட்டனர். மொத்தமாக இவர் பட்டசணங்களை வாங்கிவிடுவதால், உள்ளூரில் சாதாரண மக்களுக்கு உணவுப்பொருள்கள் கிடைப்பதே குதிரைக்கொம்பாகிவிட்டது. பூஜை செய்யும் விபீஷண வம்சத்தாருக்கும் சொல்லவொண்ணாத கஷ்டம் உண்டாயிற்று, ராம விக்கிரகத்தின் முன்பு நின்று எவ்வளவு மணியடித்து பூஜை செய்தும் பலன் இல்லை. இதனால் சில விபீஷண வம்சத்தார் பலகாரம் செய்யும் தொழிலில் கூலிக்கு வேலை செய்தனர். குக வம்சத்தினரைப் பற்றியோ சொல்லவேண்டியதில்லை. கோவிலுக்குள்ளே போக விடாததினால் அவர்களுக்கு மறுமையில் கிடைக்கப் போகும் நரகத்தின் முன்தொடர்ச்சியாகவே இங்கு அவர்கள் வாழ்க்கை யிருந்தது. பசியின் கொடுமையால் செத்த மாடுகளைத் தின்றும், சுக்ரீவன் குடித்துவிட்டு எறியும் மதுக்குடங்களில் தண்ணீரை விட்டுக் குடித்துவிட்டும் பசியின் கொடுமையை மறந்திருந்தனர்.

10-வது வைசிய ராஜச் சருக்கம்

நாரதர் சொல்லுகிறார் :

காளையப்ப செட்டியார் வியாபாரத்தைப் பெருக்கச் செய்த முயற்சிகளினாலும், அதனால் ஏற்பட்ட உடல்தளர்ச்சி யினாலும் நோய்வாய்ப்பட்டு திடீரென்று மரணமடைந்தார். அவரது மகன், வியாபாரத்தில், அவரது ஸ்தானத்திலிருந்து கடையை நடத்த ஆரம்பித்தான். அவனுக்கு ஒரு யோஜனை தோன்றிற்று. இந்தப் பொம்மை அரசனான ஆலசேனனைத் தள்ளிவிட்டுத் தானே முடிசூடிக்கொண்டால் என்ன என்று நினைத்தான். அவன் வாலிபனாகவும் யுத்தப் பயிற்சியால் உடல்கட்டு அமைந்தவனாகவும் இருந்ததினாலும், தந்தை தேடி வைத்த பணம் ஏராளமாக இருந்ததினாலும் நினைத்தபடி

லேசாகக் கைகூடிற்று. விடுபட்ட சிறைவாசியைப்போல் ஆலசேனன் சிங்காதனத்தை விட்டுக் குதித்துவிட்டு தனது மாளிகைக்குப் போக யத்தனித்தான், அவனை அப்படிப் போகவிடாமல் தடுத்துவிட்டு, மற்றொரு பக்கத்தில் குடித்துக் கொண்டிருந்த சுக்ரீவனையும் கூட்டிக்கொண்டு வந்து முன் நிறுத்திக்கொண்டு பின்வருமாறு கட்டளையிட்டான்:

"நீங்கள் முன்பு இருந்த மாளிகைகளையும் அதைச் சுற்றிலும் உள்ள தோட்டங்களையும் உங்களுக்குத் தானமாகக் கொடுக்கிறேன். அதற்குள் நீங்கள் உங்கள் இஷ்டம்போல் இருக்கலாம். அதற்காக வருஷந்தோறும் எனக்குத் தலைக்கு இருநூறு பொன் வாடகையாகக் கொடுக்கவேண்டும், வெளி சமாசாரங்களில் நீங்கள் இருவரும் கலந்து பேசக்கூடாது. எல்லாவற்றையும் என்னிடமே கேட்டுச் செய்யவேண்டும். இந்தக் கட்டளைப்படி நடக்க இஷ்டமில்லாவிட்டால், உங்களுக்கு அந்த மாளிகைகள்கூடக் கிடையாது" என்று ஆக்ஞையிட்டான்.

வேறு வழியில்லாததினாலும், மதுக்குட பூஜை செய்ய ஒரு மாளிகையாவது கிடைத்ததே என்ற சந்தோஷத்தினாலும், சம்மதித்து, வருஷத்திற்கு இருநூறு பொன் தங்கள் தோட்டத்தில் பயிர்செய்ய, சில முரட்டு மந்திரிகளையும் அவர்கள்கீழ் வேலை செய்ய சில குக வம்சத்தினரையும், ஏற்படுத்திவிட்டு, சல்லாபமாகக் குடித்துக்கொண்டிருந்தனர்.

இந்தக் காலத்தில் வெள்ளையூரில் ஒரு பெரிய மாந்திரீகன் தனது அற்புத சக்தியால் ஒரு பூதத்தை அடிமைப் படுத்தினான். இந்தப் பூதம் இதன் பழையகால முன்னோர் களைப்போல் போஜன பதார்த்தங்களாகிய ஆடுமாடுகளைப் புசிக்க விரும்பாமல், சுத்த சைவ உணவான பூமியிலிருந்து ஊறிவரும் ஒருவகை அக்னித்திராவகத்தையும், வெள்ளையூர்ப் பக்கத்தில் பூமியிலிருந்து வெட்டியெடுக்கப்படும் கரியையும் உண்ண ஆசைப்பட்டது. இந்தமாதிரி நற்குணமுள்ள பூதத்தைப் பட்சணம் செய்யப் பழக்கிவிட்டால், வெள்ளையூர் வாசிகளுக்கு மட்டுமல்லாமல், அயோத்தி நகரவாசிகளுக்கும் உண்டுபண்ணி விற்றுக் காசாக்கலாம் என்று நினைத்தான். உடனே காளையப்ப செட்டியாரின்

மகனுக்குச் செய்தியனுப்பினான். இந்த நல்ல சமாசாரத்தைக் கேள்விப்பட்டவுடனே மிகவும் சந்தோஷித்து, இனி ஒருவரும் அயோத்தியில் பட்சணம் செய்யக்கூடாது என்றும், செய்தால் அது கொலைக் குற்றம் என்றும் கட்டளை பிறப்பித்து, விளைபொருள்களையெல்லாம் மொத்தமாக, தனது அரசாங்கமாக இருந்ததால் குறைந்த விலைக்கு வாங்கி, மாந்திரீகனின் பூதத்தின் உதவியால் பட்சணங்கள் செய்து அதிகமான விலைக்கு விற்று ஏகமாக லாபம் அடைய ஆரம்பித்தான். முதலில் ஏழைமக்களுக்குள் பெரிய பஞ்சத்தை உண்டாக்கியது. ஆனால், பணக்காரர்கள் இனிக் கையைக் கட்டிக்கொண்டு சாப்பிடலாம் என்று சந்தோஷப்பட்டார்கள். பஞ்சத்தின் உதவியால் ஏழைமக்களுக்குக் கஞ்சி வார்த்துப் புண்ணியம் சம்பாதிக்கவும் பணக்காரர்களுக்கு வசதி ஏற்பட்டது. காளையப்ப செட்டியாரின் புதல்வனும் மிகுந்த தர்மிஷ்டனாகையால், அயோத்தியின் நடுவில் ஒரு பெரிய கஞ்சித்தொட்டி கட்டி, நடந்து வரமுடியாத ஏழைகளைக் கழுத்தில் கயிற்றைக் கட்டி மெதுவாக இழுத்து வந்து கஞ்சித்தொட்டியில் குடிக்கும்படி வசதி ஏற்படுத்தி, தனது அரசாங்கத்தில் அதற்கு ஒரு தனிப் பகுதியும் ஏற்படுத்தினான்.

காளையப்ப செட்டியாரின் மகனுக்கு வியாபாரத்தினால் லாபமும், தர்மத்தினால் புண்ணியமும் ஏராளமாகச் சேர்ந்து விட்டதனால் தனது ஊருக்குப் போகவேண்டும் என்ற ஆசை உண்டாயிற்று. இதனால் அயோத்தியைத் தனது சொந்த தேச அரசனுக்கு விற்றுக் காசாக்கிக்கொண்டு ஊருக்குச் சென்றுவிட்டான்.

11-வது வெள்ளியம்பலச் சருக்கம்

நாரதர் சொல்லுகிறார்

வெள்ளையூர் அரசர்கள் நேரே வந்து கவனிக்க முடியாதாகையால், தங்கள் பிரதிநிதிகளான வெள்ளியம்பலத் தம்பிரான்களைக் கொண்டு ஆண்டு வந்தனர். காளையப்ப செட்டியாரின் புதல்வன் செய்த உதவிக்காக அவனுடைய வம்சத்தினருக்கு வியாபாரத்தில் சலுகைகாட்டி வந்தனர். இதனால் தானியங்கள் ஏராளமாக வெளியில் சென்றன. ஏழை மக்கள் நித்திய உபவாசமாக மறுமைக்குப் பெருத்த

புண்ணியங்கள் சம்பாதித்துக்கொண்டு இருந்தனர். தங்களால் ஏழை மக்கள் அதிகமாக சுவர்க்கத்திற்குப் போவதைக் கண்ட வெள்ளியம்பலத் தம்பிரான்கள் வரிகளை உற்சாகமாக வசூலித்தார்கள்.

★ ★ ★ ★
★ ★ ★ ★

அயோத்தி மக்களிடம் படைக்கலங்கள் இருப்பதால் இம்மாதிரி தெரியாமல் தங்கள்மேலும், அயோத்தியின் மற்ற மக்களின் மீதும் அனாவசியமாகக் குத்திக்கொண்டிருக்கிறது என்று நினைத்து, வீடுதோறும் தங்கள் ஆட்களை யனுப்பிப் படைக்கலங்களை வாங்கி அரசாங்க சாலைகளில் வைத்து வந்தனர். சில கெட்டிக்கார அயோத்தி வாசிகள் தங்களிடம் இருந்த படைக்கலங்களின் இரும்பு வீணாவதைக் கண்டு, தோசைக்கற்களாகவும் இரும்புக் கரண்டிகளாகவும் உருக்கி வார்த்துக்கொண்டனர்.

வெள்ளையூரிலிருந்து வந்த வெள்ளியம்பலத் தம்பிரான்களின் சிப்பந்திகள், அயோத்தி நகரவாசிகள் மிகவும் கஷ்டப்படுவதைக் கண்டு, பரிதபித்து, வரி வசூலித்து கணக்கைக் கூட்டிப்போடும் தொழிலில் சிலரை நியமிக்க ஆரம்பித்தனர். இதனால் அயோத்தி நகரவாசிகள் வெள்ளையூரார் அரசாங்கத்தை ராமராஜ்யம் என்று வாயாரப் புகழ்ந்தார்கள்.

காளையப்ப செட்டியின் வம்சம் ஆசையினால் பட்சணங்களின் விலையை உயர்த்தி அயோத்தியில் விற்க ஆரம்பித்ததினால் நகரவாசிகள் வாங்க முடியவில்லை. இதனால் சரக்கு நஷ்டமாகுமென்று கண்டு, மரத்தினால் செய்து, சீனிப்பாகு தடவி நல்ல வர்ணம் பூசிய சூப்பிகளையும் ஒவ்வொரு பட்சணப் பொட்டலங்களோடு கொடுப்பதாகவும், அந்தச்சூப்பியை வாயில் வைத்துச் சப்பினால் பட்சணம் தின்றவர்களுக்கு ஜீரணசக்தி அதிகமாகும் என்றும், சாப்பிடாதவர்களுக்குப் பசிதீரும் என்றும் சொல்லிச் சரக்குகளை விற்க முயன்றனர் இந்த அற்புத சூப்பியின் மகிமையால் முன்னைவிட நான்கு மடங்கு லாபம் கிடைத்தது.

___

*இங்கு சுலோகங்கள் மிகவும் சிதைந்திருப்பதால் வாசிக்க முடியவில்லை. வேறு பிரதி கிடைக்கும்வரை இந்தப் பகுதியை வாசிக்க முடியாது. - மொ.பெ.ஆ

விபீஷண வம்சத்தினர் சிலர் பூஜையில் முன்புபோல் பிரயோஜனமில்லையென்று கண்டு தனது மூதாதையான விபீஷணர்கள் வைத்திருந்த செல்லரித்த அர்த்த சாஸ்திரத்தின் மகிமையை அறிந்து அதன்படி ஒழுகினார்கள். விபீஷண வம்சம் இப்பொழுது மிகவும் பெருகிவிட்டதால், சிலருக்கு அந்தக் கிரந்தம் கிடைக்காமல், சிலர் ராம விக்ரகத்தின்முன் பழைய வழக்கப்படி மணியடித்துக்கொண்டு இருந்தனர். விபீஷண யுக்தியைக் கடைப்பிடித்த ஒரு பகுதி இந்த வெள்ளியம்பலத் தம்பிரான்களுடைய அரசாங்கத்தில்தான் தங்களுக்குச் சாப்பிடத் தெரிந்தது என்றும் பட்சணம் அவர்களுடைய கருணையால்தான் தங்களுக்குக் கிடைக்கிறதென்றும், சூப்பியின் மகிமையால்தான் ஏழைமக்கள் முதல் பணக்காரர் ஈறாக உணவின் பயனை அடைகிறார்கள் என்றும் மூலைக்கு மூலை புகழ்ந்து பேசி வெள்ளையூர் அரசாங்கத்தின் தயவைச் சம்பாதிக்க முயன்றார்கள். இவர்கள் இப்படி அடிக்கடி பேசிக்கொண்டே இருந்ததி னால் தாங்களே அதை உண்மை என்று பக்தி விசுவாசமாக நம்பும் காலமும் வந்தது. இப்பொழுது அரசாண்டுகொண்டு இருக்கும் வெள்ளியம்பலத் தம்பிரான்கள், பழைய காலத்து ராமரைப்போல் உலகந்தெரியாதவர்கள் அல்லவாகையால் உள்ளுக்குள் நகைத்துக் கொண்டு, அவர்களது ஏளனத்தை வெளிக்காட்டாமல், அவர்களையும் தங்கள் வசமாக்கும்படி, தங்க முலாம் பூசிய மூக்குத்திகளும், தலை வளர்த்து சடை பின்னி அதில் கட்டிக்கொள்ளும்படி: இதற்காக வெள்ளையூரில் தயார் செய்த பட்டுக்களினாலாகிய குஞ் சங்களையும், தங்க முலாம் பூசிய பட்டயங்களில், “அதிவீர, ராஜமார்த்தான்ட கேசரி” என்ற பட்டங்களை எழுதி அவர்கள் தலைப்பாகையில் சூடிக்கொண்டு மகிழும்படி கொடுத்தார்கள்.

12–வது கலக்கச் சருக்கம்

நாரதர் சொல்லுகிறார்:

இவ்வாறு இருக்கும் சமயத்தில், முன்பு பெருத்த வியாபாரம் செய்த காளையப்ப செட்டியார் கடையிலிருந்த

தெருவில், வரி வசூலிப்பது மிகவும் கஷ்டமாக இருந்ததால் அதன் நடுமத்தியில் ஒருசுவர் வளர்த்து இரண்டாகப் பிரித்து வரி வசூலிக்க இரண்டு தலைவர்களை நியமிக்க எண்ணினார்கள் இதனால் ஜனங்களுக்குத் தெருவில் நடக்கவும் கஷ்டமாக இருந்தது, மேலும் அத்தெருவில் இருந்தவர்கள் இரண்டு பக்கத்திலும் வீடு வைத்திருந்தமையால் இரண்டிற்கும் போகவர மிகவும் கஷ்டமாக இருந்தது. இதனால் அந்தத் தெருவில் அமளி ஏற்பட்டு, ஒவ்வொருவரும் சுவர் கட்டக்கூடாது என்று கூச்சல் போட்டுக்கொண்டிருந்தனர். இதில் ஒன்றும் காரியம் நடக்கவில்லை.

13-வது இளைய பரதச் சருக்கம்

நாரதர் சொல்லுகிறார்:

இந்தச் சமயத்தில்தான் ராமபிரானின் பேரனான பரதன் விட்டுச் சென்ற குழந்தைக்கு இருபது வயதாகிறது. அவன் பெயரும் பரதன்தான். தகப்பன் காலத்தில் இருந்ததாகக் கேள்விப்பட்ட கொந்தளிப்பைவிடப் பன்மடங்கு அதிகமாக இருப்பதாகக் கண்டான். அவனுக்கு ஒரு யோஜனை தோன்றிற்று. ஒருநாள் பூராவாகவும், வெள்ளியம்பலத் தம்பிரான்களுடனும் அவர்கள் அரசாங்கத்துடனும். "டூ" போட்டு விட்டால் வழிக்கு வந்துவிடுவார்கள் என்று நினைத்து, மூலைக்கு மூலை போய்ப் பேசி ஜனங்களைத் தன் வசப்படுத்த ஆரம்பித்தான். இதனால் வெள்ளையூர் அரசாங்கத்தில் கணக்கு வேலை பார்த்து வந்தவர்களுக்கும், அவர்களிடம் இருந்து மூக்குத்திகள் பெற்றவர்களுக்கும், வயிற்றெரிச்சல் சகிக்க முடியவில்லை. அயோத்தி மக்களும் வாயில் விரலை வைத்து "டூ"ப் போட யத்தனித்தார்கள். சில ஜனங்கள் கையில் இருந்த இரும்புக் கரண்டிகளைக்கொண்டு "டூ"ப் போட்டதால் சில வெள்ளையூர்க்காரர்களுக்குக் காயம் பட்டுவிட்டது.

வெள்ளையூர்ப் பக்கத்திலிருந்த ஒரு ஊருக்கும் ரஞ்சித செட்டியாரின் ஊருக்கும் எப்பொழுதும் வாய்க்கால் தாவா உண்டு. அங்கிருந்த சிறு வாய்க்காலாகிய ரோகிணிக் கால்வாயைப் பற்றிச் சண்டை அடிக்கடி வரும். இதனால்

முதலில் சொல்லப்பட்ட ஊர்க்காரர்கள், ரஞ்சித செட்டியின் ஊரைத் தாக்க வரும்பொழுது, இடையிலிருந்த சிறு கிராமத்தின் வழியாக வந்துவிட்டார்கள். இந்த அநியாயத்தைச் சகிக்கமுடியாத வெள்ளையூர்க்காரர்களும், ரஞ்சித செட்டியின் ஊர்க்காரர்களும், அவர்களுடன் சண்டை போட நேர்ந்தது. இந்தச் சமயத்தில் சண்டை மும்முரமாக இருந்ததால் வெள்ளியம்பலத் தம்பிரான்களையும் இப்பொழுது தொந்திரவுபடுத்தக்கூடாது என்று இளைய பரதன் நினைத்து, வெள்ளையூர்க்காரர்களுக்கு அயோத்தியின் வீதியில் பட்ட காயங்களை எண்ணி, அவர்களிடம் "டூ"ப் போடாமலிருக்க முயன்று கொண்டிருந்தான். இதனால் வெள்ளியம்பலத் தம்பிரான்கள், இளைய பரதனைப் பார்த்து, "எங்கள் சண்டை தீர்ந்த பிறகு உமது வார்த்தைகளைக் கேட்கிறோம்; அதுவரை நீர் எங்கள் சிறைச்சாலையில் தயவு செய்து எழுந்தருளல் வேண்டும்" என்று கூறி அவனை அழைத்துக்கொண்டு போய்விட்டார்கள்.

இரண்டு வருஷம் கழித்து அவனை வெளியே விட்டார்கள் தனது பெரிய தகப்பனின் புத்திரர்களும், அயோத்தி மக்களும் பசியால் கஷ்டப்படுவதை எண்ணி, தங்களூரிலேயே பட்சணங்கள் செய்தால் என்ன என்று நினைத்துச் செய்ய ஆரம்பித்தார். தான்யங்களை அவர்களிடம் இருந்து வாங்குவதால் லாபம் அடைவார்கள் என்றும் நினைத்தார். முதலில் பட்சணங்களில் எளிதாகச் செய்யக்கூடிய தோசைகளை உற்பத்தி செய்தார். தோசைகள் பெரிய இட்டிலிகளாகவும். இட்டிலிகள் கஞ்சிகளாகவும்தான் செய்ய முடிந்தது. முதலில் அதன் விலை ஒரு பவுன் வீதம் வந்தது. ஆனாலும் ஏழைகளுக்காகக் கட்டாயம் நாம் அதைத்தான் சாப்பிட வேண்டும் என்று வற்புறுத்தினார். ஜனங்கள் சிரித்தார்கள். சிலர் வாங்கினார்கள். பத்து வருஷங்களில் தோசைகள் சுமாராகத் தயாரிக்க முடிந்தது. விலையும் சற்றுக் குறைந்தது. இந்தச் சமயத்தில் வெள்ளையூர்ப் பட்சணங்கள் இதைவிட சகாயமாக விற்க ஆரம்பித்தது. ஜனங்கள் அதையும் வாங்கினார்கள்.

இப்படியிருக்கையில் வெள்ளையூரில் சண்டை ஓய்வடைய வெள்ளியம்பலத் தம்பிரான்கள் இளைய பரதனுக்குக்

கொடுத்த கோரிக்கையை நிறைவேற்ற, பின்வருமாறு அருளினார்கள். அயோத்தி ஜனங்களில் வாத சரீரமும் கூன்முதுகும் உள்ளவர்களாக நூற்றுக்கு ஒருவர் விகிதப்படி வெள்ளியம்பலத் தம்பிரான்கள் இருந்த மாளிகைகளின் காதுகளை அடைக்காதபடி, வெள்ளையூர்ப்பட்சணங்களின் பெருமைகளைப் பற்றிப் பாடி, தங்கள் சங்கீத ஞானத்தையும், சாரீர வளத்தையும் அபிவிருத்தி செய்து கொள்ளலாம் என்று அருளினார்கள். இதற்கு, முன்பழக்கமிருக்கும்படி, ஒவ்வொரு தெருவிலும் மண்டபங்கள் ஏற்படுத்திப் பாடிப் பழகுவதற்கு வசதி செய்து கொடுத்தார்கள். இதனால் விபீஷண யுக்தியைக் கடைப்பிடித்தவர்கள் சுவர்க்கத்தைப் பெற்றதுபோல் களித்திருந்தனர்.

★ ★ ★ ★

......அயோத்தி நகரத்தின் முக்கிய தெருக்களில் உப்பைக் கொட்டி நெருப்பை வைத்தார். உப்பு வெடிக்கும் தன்மையுள்ளதாகையால், உள்ளவர்களை எல்லாம் தொந்திரவு செய்தது. ஆத்திரபுத்தியுடைய சிலர் வெடியுப்பையும் கலந்திருந்ததினால் அப்பக்கத்தில் மிகுந்த சேதத்தை உண்டு பண்ணியது. இதனால் மறுபடியும் இளைய பரதனைச் சிறை செய்தனர். பின்பும் உப்பு வெடித்துக்கொண்டிருப்பதினால், வெள்ளியம்பலத் தம்பிரான்கள் இவரை வெள்ளையூருக்குச் சென்று அங்கு தங்கள் அரசரிடம் கேட்டு வரும்படி அனுப்பினார்கள். கூடத் துணைக்கு சில விபீஷண யுக்திகளையும் அனுப்பிவைத்தார்கள். இளைய பரதன், நாடு இருக்கும் நிலைமையைப்பற்றிக் கூறிக்கொண்டிருக்கையில், விபீஷண யுக்திகள், அவன் கூறுவது எல்லாம் பொய் என்றும், வெள்ளை யூர்ப் பூதபட்சணத்தின் மகிமை யினால்தான் தங்களுக்குச் சாப்பாடு என்றால் என்ன என்று தெரிந்ததென்றும், அந்த அற்புதமான அமிர்தத்தை உண்டதினால்தான் தங்களுக்கும் தோல் வெளுக்க ஆரம்பிக்கிறதென்றும் கூறி, அதற்கு உதாரணமாகத் தங்கள் வெளுத்த மூக்கையும் காட்டிவிட்டுக் கதறினார்கள்.

இதனால் மனக்கசப்படைந்த இளைய பரதன் அயோத்திக்குத் திரும்பினான். கோட்டை வாயிலைத் தாண்டியதும், வெள்ளியம்பலத் தம்பிரான்கள் இவனைச்

சிறைக்கு மரியாதையாக அழைத்துச் சென்றார்கள். அங்கு இருந்த இளைய பரதன் குக வம்சத்தினரையும், ராம விக்ரகத்தின்முன் மணியடித்துக்கொண்டும் இருக்கிற விபீஷண வம்சத்தையும், மற்றொரு மூலையில் குடித்துக்கொண்டிருக்கும் சுக்ரீவ வம்சத்தையும், நாட்டின் நன்மைக்காகப் பழைய பகையை மறந்து ஆலசேன வம்சத்தையும் ஒன்று சேர்த்தால்தான் காரியம் கைகூடும் என்று கண்டார்.

இதனால், கேளாய் மூஷிக! இளைய பரதன் முதலில் முதல் இரு வம்சத்தையும் ஒன்றுபடுத்த, சிறையிலிருந்தே 'வாயு பட்சணம்' என்ற கொடிய தபசை ஆரம்பித்தார். தம்பிரான்கள் இவரை வெளியே போய்த் தபசை முடிக்கும் படி விட்டுவிட்டார்கள். விபீஷண வம்சத்தில் பூஜை மோகமுள்ளவர்கள் இவன் சொல்லுவது பைத்தியக்காரத் தனம், குக வம்சத்தால்தான் தமது மூதாதை ஒருவரை அன்னியன் வாளுக்கு இரையாக்கினார்கள் என்றும், அவர்கள் தங்கள் வம்சத்தைச் சேர்ந்தவர்கள் அல்லவென்றும் கூப்பாடு போட்டார்கள். இளைய பரதன் அயோத்தியின் ஒவ்வொரு மூலையிலும் சென்று வெள்ளியம்பலத் தம்பிரான்கள் கண்முன்.....

இத்துடன் கிரந்தம் முடிவடையாமல் நின்றுவிடுகிறது.